MAKANISA SABA

"Nalikuwa katika Roho, siku ya Bwana; nikasikia sauti kuu nyuma yangu, kama sauti ya baragumu, ikisema, Haya uyaonayo uyaandike katika chuo, ukayapeleke kwa hayo makanisa saba: Efeso, na Smirna, na Pergamo, na Thiatira, na Sardi, na Filadelfia, na Laodikia." Nikageuka niione ile sauti iliyosema nami. Na nilipogeuka, niliona vinara vya taa saba vya dhahabu; na katikati ya vile vinara nikaona mtu mfano wa Mwanadamu, amevaa vazi lililofika miguuni,
na kufungwa mshipi wa dhahabu matitini."
(Ufunuo 1:10-13).

Dr. Jaerock Lee

MAKANISA SABA

MAKANISA SABA na Dr. Jaerock Lee
Kimechapishwa na Urim Books (Mwakilishi: Johnny. H. Kim)
235-3, Guro-dong 3, Guro-gu, Seoul, Korea
www.urimbooks.com

Haki zote zimehifadhiwa. Hairuhusiwi kunakili kitabu hiki au sehemu ya kitabu hiki katika mfumo wa aina yoyote, kutunzwa katika mfumo ambao kinaweza kusambazwa au kupatikana tena kwa namna au njia yoyote ile, au kubadilishwa katika namna yoyote ile, kielekroniki, kimakenika, kutolewa kivuli (fotokopi), kurekodiwa au vinginevyo, bila idhini ya maandishi kutoka kwa mchapaji.

Isipokuwa vinginevyo kama imebainishwa, nukuu yote ya Maandiko imechukuliwa kutoka katika Biblia ya Kiswahili – Union Version iliyochapishwa na Chama cha Biblia cha Kenya na Chama cha Biblia cha Tanzania ©1997 Imetumiwa kwa ruhusa.

Hakimiliki © 2009 na Dr. Jaerock Lee
 ISBN: 979-11-263-1258-0 03230
Hakimiliki ya Kutafsiri © 2009 na Dr. Esther K. Chung. Imetumiwa kwa ruhusa.

Awali kilichapishwa kwa Kikorea na Urim Books 2007

Kimechapishwa kwa Mara ya Kwanza Machi 2009

Kimeharirwa na Dr. Geumsun Vin
Jalada limesanifiwa na Editorial Bureau of Urim Books
Kwa taarifa zaidi tafadhali wasiliana na:urimbook@hotmail.com

Dibaji

Ninatoa shukrani na utukufu wote kwa Mungu Baba kwa kuturuhusu kuchapisha kitabu hiki Makanisa Saba. Kitabu hiki kina upendo wa Mungu na siri ya siku za mwisho.

Nilikuwa nimeugua magonjwa mengi sana kwa miaka saba, na ilikuwa hali iliyokuwa haina suluhisho. Lakini kwa neema ya Mungu niliponywa magonjwa yangu yote na nikaanza kuishi maisha ya Kikristo. Wakati ule nikaota ndoto. Nilikuwa nataka kuwa mzee wa kanisa mzuri sana wa kusaidia maskini na wahitaji na kufanya kazi za umishenari ili niilipe ile neema ya Mungu. Lakini, Mungu akaniita niwe mchungaji na akanipa kazi ya kuhubiri injili kwa watu wote.

Tangu nilipofungua kanisa mwaka wa 1982, nilifuata mfano wa makanisa ya kwanza, yaliyoanzishwa na mitume baada ya Bwana kufufuka na kupaa juu. Nilimakinikia maombi na uinjilisti. Kama matokeo yake, kuna zaidi ya washiriki 100,000 na makanisa wanachama 8,000 ulimwenguni kote ambayo yameungana na kuwa kitu kimoja na kanisa letu na kuhubiri injili duniani kote.

Kati ya wanafunzi na waamini wa makanisa ya kwanza, kulikuwa na wengi walioshuhudia ishara za miujiza na maajabu, na hata kufufuka na kupaa mbinguni kwa Bwana Yesu. Walijazwa neema, kweli, na Roho, na wakawa na imani kubwa. Wakawa jiwe kuu la pembeni la misheni ya ulimwengu hata katika mateso makuu. Hatimaye, Ukristo ukawa dini ya Ufalme wa Rumi. Injili iliyoanza Israeli ikaenea ulimwenguni kote, na sasa inarudi Israeli tena.

Leo, hata kati ya waamini, kuna wengi ambao wamepoteza upendo wao wa kwanza. Ukuaji wao wa kiroho umekoma, na wana imani vuguvugu. Pia kuna wengi ambao hawamwamini Mungu Mwenyezi kikamilifu. Hawamtambui Yesu kama Kristo, na wanakataa kazi za Roho Mtakatifu. Siku zinapoendelea kwenda, kuna makanisa mengi zaidi yanayoacha kukusanyika pamoja na kuridhiana na ulimwengu.

Mtume Yohana alihubiri injili bila kujali maisha yake hata katika mateso makali kutoka kwa Ufalme wa Kirumi. Alihamishwa hadi kisiwa cha Patmo na huko akapokea ufunuo kutoka kwa Bwana.

Basi, uyaandike mambo hayo uliyoyaona, nayo yaliyopo, na yale yatakayokuwa baada ya hayo. Siri ya zile nyota saba ulizoziona katika mkono wangu wa kuume, na ya vile vinara saba vya dhahabu. Zile nyota saba ni malaika wa yale makanisa saba; na vile vinara saba ni makanisa saba (Ufunuo 1:19-20).

Nambari saba katika Biblia ni nambari ya Ukamilifu. Kwa hivyo, makanisa saba hapa sio tu juu ya makanisa kule Efeso, Smirna, Pergamo, Thiatira, Sardi, Filadelfia, na Laodikia. Yanarejelea makanisa yote yanayoanzishwa katika wakati wa Roho Mtakatifu.

Barua kwa makanisa saba ya Bwana katika kitabu cha Ufunuo ni ya makanisa yote yaliyokuwepo tangu wakati huo mpaka sasa. Ni kama kibao cha maelekezo kwao na muktasari wa maneno yote ya Mungu katika Agano la Kale na Agano Jipya.

Pia ina yaliyomo muhimu sana ya kuyafanya makanisa yampendeze Bwana, na ninaamini kazi hii itayaamsha makanisa mengine mengi tena.

Ninamshukuru Geumsun Vin, Mkurugenzi wa Halmashauri ya Uhariri ya Kanisa Kuu la Manmini (Manmin Central Church,) na wafanyakazi wote waliowezesha kitabu hiki kichapishwe. Ninaomba katika jina la Bwana kwamba wasomi wote watakuwa na hamu ya Bwana anayekuja tena na watajipamba kama mabibi harusi wake.

Jaerock Lee

Kufungua Mlango kwa Makanisa Saba

Kisiwa cha Patmo kinapatikana katika Bahari ya Aege ambayo ni bahari angavu ya samawati, Mandhari mazuri huundwa na bahari yake ya samawati na nyumba nyeupe. Hapa ndipo mahali ambapo mtume Yohana alihamishwa na akapokea ufunuo mwingi kuhusu siku za mwisho zinazojumuisha jumbe za makanisa saba.

Mtume Yohana alikuwa mmoja wa wale wanafunzi kumi na wawili wa Yesu. Alihubiri injili mahali kama Pergamo na Smirna. Alishikwa na Mfalme Domitiano na akahukumiwa kifo. Alitupwa katika chungu kilichokuwa na mafuta yaliyokuwa yakichemka, lakini hakufa kwa kuwa Mungu alikuwa pamoja naye. Katika upaji wa Mungu, alihamishwa hadi kisiwa cha Patmo.

Wakati huo, kisiwa cha Patmo kilikuwa mahali pa uhamisho, kawaida kwa sababu ya makosa ya kisiasa. Palikuwa mahali pa utulivu na upweke. Palikuwa mahali pazuri sana pa kumuomba Mungu na kuwa na mawasiliano ya ndani naye. Yohana alimakinikia maombi katika pango iliyo katika pembe moja yapo ya kisiwa, ambapo alipokea ufunuo kutoka kwa Mungu na akaunakili.

Ili uweze kupokea aina hii ya ufunuo, macho yako ya kiroho lazima yafunguliwe katika msukumo wa Roho Mtakatifu na ni lazima uelekezwe na malaika. Kwa hivyo, Mungu hapo awali alikuwa amemtakasa Yohana na akawa mtu wa Roho kamilifu, yaani mtu wa kweli aliyetakaswa kikamilifu. Wakati mmoja Yohana aliitwa 'Mwana wa Radi,' lakini baada ya kutakaswa na Mungu, alibadilika kabisa hata akaitwa 'Mtume wa Upendo.' Aliomba sana hivi kwamba kipaji chake kilikuwa ngozi ngumu na sugu.

Jumbe za makanisa saba ziko katika muundo wa barua. Pia leo inatupatia funzo kuu kwa makanisa na waumini wa leo, na inatusaidia kuelewa aina ya kanisa kamilifu zaidi linaloweza kusifiwa na Mungu. Ni kwa sababu makanisa kule Efeso, Smirna, Pergamo, Thiatira, Sardi, Filadelfia, na Laodikia yanawakilisha makanisa yote hapa ulimwenguni.

Mafunzo ya makanisa saba siyo hadithi moja tu katika historia. Ni ujumbe wa dhati wa Bwana anayetaka kuamsha makanisa yote katika nyakati zote. Hata ingawa yanaweza kuungama kwamba yanampenda Bwana sana, kuna makanisa mengi ambayo yanapaswa kuangalia nyuma ili waone kama wanaenda au hawaendi katika njia itakayoleta maonyo na makaripio ya Bwana.

Katika michezo mingi, huwa kuna mashindano ya kibinafsi na ya timu. Hata katika imani ni vivyo hivyo. Siku ya Hukumu, si kila mtu peke yake bali kila kanisa pia litahukumiwa. Wakati huu, kulingana na ni aina gani ya makadirio linayopokea kanisa la mtu linaweza kupewa zawadi, au linaweza kutukia jambo kinyume na hilo.

Pia, mchungaji, kichwa cha kanisa, pia atapokea hukumu sio tu kwa ajili ya imani yake binafsi lakini pia kama mchungaji.

Kulingana na jinsi alivyoliongoza kanisa na kondoo aliyepewa katika jina la Bwana, yeye atahukumiwa vikali. Ni wazi kwamba wachungaji wanapaswa kufuata mapenzi ya Bwana katika kuongoza kanisa na kundi kama kichwa cha kanisa lililoanzishwa katika jina la Yesu Kristo. Bila hivyo itakuwa vigumu kuvumilia hukumu.

Yakobo 3:1 inasema, "Ndugu zangu, msiwe waalimu wengi, mkijua ya kuwa mtapata hukumu kubwa zaidi." Kinyume cha hilo, mchungaji akiongoza kundi lake kwenye majani mabichi na maji matulivu, na kuwaongoza katika makao mazuri katika ufalme wa mbinguni, atapokea zawadi na heshima zisizokuwa na kifani.

Kwa hivyo, jumbe kwa makanisa saba ni ombi la dhati la Bwana kwa wahudumu wote na waamini wote wa makanisa yote ulimwenguni. Ili watoto wa Mungu waweze kusimama vizuri, makanisa pia lazima yasimame vizuri. Hiyo ndiyo sababu Bwana ametuma ombi lake la dhati kwa makanisa mengi na wahudumu wengi.

*"Yeye aliye na sikio, na alisikie neno hili ambalo
Roho ayaambia makanisa."*

Jedwali la Yaliyomo

Dibaji

Kufungua Mlango kwa Makanisa Saba

Sura ya 1

KANISA LA EFESO   1
Linakemewa kwa Kuacha Upendo Wao wa Kwanza

Sura ya 2

KANISA LA SMIRNA   47
Kushinda Majaribu ya Imani

Sura ya 3

KANISA LA PERGAMO   91
Vuguvugu na Lenye Madoadoa ya Nadharia ya Mafundisho Potovu

Sura ya 4

KANISA LA THIATIRA   133
Kuridhiana na Ulimwengu na
Kula Vitu Vilivyotolewa Sadaka kwa Sanamu

| Sura ya 5 | **KANISA LA SARDI** | 179 |

Kanisa Dogo Lililokuwa na Jina la Kuwa Hai lakini Lilikuwa Limekufa

| Sura ya 6 | **KANISA LA FILADELFIA** | 213 |

Linapokea Sifa Pekee za Kutenda kwa Imani

| Sura ya 7 | **KANISA LA LAODIKIA** | 247 |

Kanisa Kubwa ambalo Halikuwa Moto Wala Baridi

Hitimisho
Upendo wa Mungu uliomo katika Jumbe kwa Makanisa Saba

Sura ya 1

Kanisa la Efeso
- Linakemewa kwa Kuacha Upendo Wao wa Kwanza

Kuabudu sanamu kulikubaliwa na kulifanyika kila mahali kule Efeso. Bwana aliwasifu waamini kule Efeso kwa uvumilivu wao, kwa kutowavumilia watu waovu, kwa kuwajaribu wale waliojiita mitume na huku hawakuwa mitume, na wakawapata kwamba ni waongo. Alisifu saburi yao kwa ajili la jina la Bwana, na kwa kutochoka. Hata hivyo, Bwana aliwakemea kwa kuacha mambo yale ya upendo wa kwanza na akawahimiza watubu ili wayarudie matendo waliyokuwa nayo mara ya kwanza.

Leo, kuna makanisa yanayoanza na moto na maombi ya ari na yenye hamasa. Lakini yanapoendelea kukua, huanza kuwa na kiburi polepole, na ari yao na upendo hupoa. Ujumbe kwa kanisa la Efeso unapewa makanisa kama haya.

Ufunuo 2:1-7

Kwa malaika wa kanisa lililoko Efeso andika: Haya ndiyo anenayo yeye azishikaye hizo nyota saba katika mkono wake wa kuume, yeye aendaye katikati ya vile vinara saba vya dhahabu: 'Nayajua matendo yako, na taabu yako, na subira yako, na ya kuwa huwezi kuchukuliana na watu wabaya, tena umewajaribu wale wajiitao mitume, nao sio, ukawaona kuwa waongo; tena ulikuwa na subira na kuvumilia kwa ajili ya jina langu, wala hukuchoka.

Lakini nina neno juu yako, ya kwamba umeuacha upendo wako wa kwanza. Basi, kumbuka ni wapi ulikoanguka; ukatubu, ukayafanye matendo ya kwanza. Lakini, usipofanya hivyo, naja kwako, nami nitakiondoa kinara chako katika mahali pake, usipotubu.

Lakini unalo neno hili, kwamba wayachukia matendo ya Wanikolai, ambayo na mimi nayachukia. Yeye aliye na sikio, na alisikie neno hili ambalo Roho ayaambia makanisa. Yeye ashindaye, nitampa kula matunda ya mti wa uzima, ulio katika bustani ya Mungu.'

Barua ya Bwana kwa Kanisa lililoko Efeso

Kwa malaika wa kanisa lililoko Efeso andika: Haya ndiyo anenayo yeye azishikaye hizo nyota saba katika mkono wake wa kuume, yeye aendaye katikati ya vile vinara saba vya dhahabu (Ufunuo 2:1-7).

Kila mwaka mwezi wa tano, kulikuwa na sherehe kule Efeso kwa ajili ya mungu mke Artemi, mungu mke wa ufanisi. Efeso iko pwani ya magharibi ya Uturuki ya sasa. Kulikuwa na nyenzo nyingi kwa ajili ya wafanya biashara na watu waliokuja kutoka Syria, India, Arabia, na Misri. Ulikuwa mji uliokuwa na ufanisi mkubwa sana na ndio uliokuwa senta kubwa zaidi ya biashara kule Mashariki.

Injili ilikuwa imepandwa katika mji wa Efeso kupitia kwa safari za misheni za mtume Paulo. Injili ya Yesu Kristo haikujulikana tu kati ya waamini, bali ilisambazwa hata kwa wale waliokuwa wakimwabudu mungu mke Artemi.

Kazi za Moto za Roho Mtakatifu Zilidhihirishwa katika Kanisa la Efeso

Siku moja, huku mtume Paulo akihubiri injili kule Asia, alienda Efeso. Huko akakutana na wanafunzi na akawauliza swali. "'Je, mlimpokea Roho Mtakatifu mlipoamini?' Wakamjibu, 'La, hata kusikia kwamba kuna Roho Mtakatifu hatukusikia.'" (Matendo 19:2).

Mtume Paulo akawauliza swali lingine. "'Basi mlibatizwa kwa ubatizo gani? Wakasema. 'Kwa ubatizo wa Yohana'" (Matendo 19:3).

Kisha mtume Paulo akahubiri kwa ujasiri kwa wale ambao walikuwa hawajajua vizuri kuhusu Yesu Kristo. "Yohana alibatiza kwa ubatizo wa toba, akiwaambia watu wamwamini yeye atakayekuja nyuma yake, yaani, Yesu" (Matendo 19:4).

Hatimaye, wakamkubali Yesu Kristo kupitia kwa mtume Paulo na wakapokea ubatizo mwingine. Kazi za kushangaza za Roho Mtakatifu zikaja juu yao kama tu ilivyokuwa katika makanisa mengine ya kwanza. Wakampokea Roho Mtakatifu na wakasema kwa lugha ngeni na kutoa unabii.

Kisha, mtume Paulo akahubiri injili kwa miezi mitatu katika sinagogi kule Efeso. Baadhi yao wakamkashifu na mawazo magumu yasiyoweza kushindwa, kwa hivyo akaondoka pale mahali na akahubiri injili kwa miaka miwili katika shule kule

Tirano.

Huku Paulo alipokuwa akihubiri Ingili, Mungu alikamilisha kazi zisizokuwa za kawaida kupitia kwa Paulo. Leso na nguo zilizomgusa zilipelekewa wagonjwa, magonjwa yakaponywa na pepo wakawatoka. Habari hizi zikaenea Efeso yote na Wayahudi na Wayunani wengi wakamwamini Yesu Kristo.

Kisha wafua fedha na mafundi kule Efeso waliotengeneza madhabahu ya fedha ya mungu mke wakaona kwamba mapato yao yametishiwa na wakajaribu kumwua. Walikuwa na wasiwasi kwamba watu hawangeweza tena kuabudu sanamu ya Artemi na wangemgeukia Yesu Kristo.

Tena mnaona na kusikia ya kwamba si katika Efeso tu, bali katika Asia yote pia Paulo huyo ameshawishi watu wengi na kuwageuza nia zao, akisema ya kwamba hiyo inayofanywa kwa mikono siyo miungu. Si kwamba kazi hii yetu ina hatari ya kudharauliwa tu; bali na hekalu la mungu mke aliye mkuu, Artemi, kuhesabiwa si kitu, na kuondolewa utukufu wake, ambaye Asia yote pia na walimwengu wote humwabudu (Mahendo 19:26-27).

Wafua fedha walipowachochea watu waliokuwa na kazi kama yao, walikasirika sana mpaka mji wote ukajaa ghasia. Walijaribu kumshika Paulo na wale waliokuwa pamoja naye, waliokuwa wanahubiri injili. Lakini hata katika mateso haya, kupitia kwa safari ya misheni ya Paulo, hatimaye kanisa lilianzishwa kule Efeso.

Bwana Anazishikilia Hizo Nyota Saba katika Mkono Wake wa Kuume

Bwana anaandika kwa Kanisa la Efeso. Sehemu ya kwanza inataja mwandishi na mpokeaji. Ilitumwa kwa malaika wa Kanisa lililoko Efeso na Yeye azishikaye hizo nyota saba katika mkono wake wa kuume.

Hapa, 'malaika' ni mtume au mtu afanyaye mapenzi ya bwanake, na huyu ni mchungaji anayechunga Kanisa la Efeso. Yeye azishikaye hizo nyota saba katika mkono wake wa kuume ni Yesu Kristo.

Yesu alikuja hapa duniani ili awaokoe wanadamu waliofanya dhambi. Alikuja ili amwage maji na damu yake yote katika kusulubishwa kwa kikatili. Alifufuka, akafungua njia ya wokovu, na akapaa Mbinguni. Sasa, anawatayarishia makao watoto wa Mungu katika ufalme wa mbinguni mpaka upaji wa ukuzaji wa wanadamu ukamilike.

Wakati uliowekwa na Mungu utakapofika, Bwana atakuja hewani kuwachukua raia wake wa mbinguni. Pia atakuja kama Hakimu.

Na sababu ya kumwita Bwana wetu "Yeye azishikaye hizo nyota saba katika mkono wake wa kuume, yeye aendaye katikati ya vile vinara saba vya dhahabu" ni nini? (kif. 1)

Kwa watu wengi, mkono wa kuume una nguvu zaidi kuliko

mkono wa kushoto. Mkono wa kuume unaashiria uwezo na nguvu, na nyota zinawakilisha wanadamu. Sehemu ya pili ya Ufunuo 1:20 inasema, "Zile nyota saba ni malaika wa yale makanisa saba" na kwa hivyo, zile nyota saba ni wachungaji wa hayo makanisa saba.

Kusema kwamba Bwana anazishika zile nyota saba katika mkono wake wa kuume maanake ni kwamba Mungu anawashika wale wachungaji na watumishi wake ambao amewachagua kwa uwezo wake. Kupitia kwao, Mungu hutukuzwa kwa kuonyesha uponyaji wa kiungu na kazi za miujiza, ambazo ni ushahidi wa Mungu aishiye, na kutoa baraka zake zinazovuka mipaka ya wakati na nafasi (Marko 16:17-20; Matendo 19:11-12).

Katika Mathayo 16:18, Yesu alimwambia Petro, "Nami nakuambia, Wewe ndiwe Petro, na juu ya mwamba huu nitalijenga kanisa langu; wala milango ya kuzimu haitalishinda." Kama ilivyosemwa, mchungaji na kanisa lililochaguliwa na kuimarishwa na Mungu haliwezi kuharibiwa na shetani au mtu mwingine yeyote.

Kwa hivyo, mtu akihukumu na kutia hatiani kanisa na mchungaji anayeshikwa na mkono wa kuume wa Bwana, inamaanisha kwamba anahukumu na kumtia hatiani Bwana mwenyewe.

Bwana Anatembea katikati ya Vinara Saba vya Mataa vya Dhahabu.

Inasema Bwana anatembea katikati ya vinara saba vya mataa vya dhahabu. Dhahabu kiroho inaashiria imani isiyobadilika, na vinara ni kanisa. Vinara vya dhahabu vya mataa ni makanisa yaliyoanzishwa na imani kwa Bwana, makanisa ambayo yamenunuliwa kwa damu ya Bwana na ni mwili wa Kristo. Nambari saba maanake ni ukamilifu. 'Vinara saba vya mataa vya dhahabu' vinarejelea makanisa yanayoanzishwa katika jina la Bwana.

Mataa juu ya vinara vya mataa ni waamini. Kama vile mataa yanavyoangaza gizani yanapowashwa, makanisa, ambayo ni kusanyiko la waamini, yanapojazwa na Roho na kuishi katika kweli, yataangaza. Tukiwa na imani ya kweli, tutaishi katika nuru kulingana na neno la Mungu. Kupitia kwa makanisa yenye aina hii ya waamini, watu wengi watatoka gizani na kuingia kwenye nuru na waufikie wokovu.

Bwana kutembea katikati ya vinara saba vya mataa maanake ni kwamba anatembea katika makanisa yote yaliyoanzishwa na Mungu na anayaangalia na macho yake yanayowaka.

Kusema 'Yeye azishikaye hizo nyota saba katika mkono wake wa kuume, yeye aendaye katikati ya vile vinara saba vya dhahabu, maanake ni kwamba yale makanisa yaliyoanzishwa kwa jina la Bwana na wachungaji wale ambao Bwana anawashika kwa uwezo wake baadaye watakuwa kigezo cha hukumu.

Leo, kuna makanisa mengi sana na wachungaji wanaohubiri

neno la Mungu, lakini si mafundisho yao yote yaliyo ya kweli. Ni watumishi wa kweli peke yao ambao Mungu anawakiri na kuwahakikishia ndio wanaoweza kuhubiri mapenzi ya kweli na sahihi ya Mungu na kigezo cha hukumu.

Pia, si makanisa yote yatakayotimiza wajibu kama safina ya wokovu. Katika siku za mwisho, ni makanisa ambayo Bwana anayashika peke yao ambayo yataweza kutimiza wajibu huo. Kwa nje, yanaweza kuwa yameimarishwa katika jina la Bwana, lakini inawezekana kuwa kwa kweli Bwana hatakuwa na makanisa mengi.

Katika Hukumu ya mwisho, kigezo cha hukumu hakitakuwa tu jinsi mtu binafsi alivyoishi maisha yake ya Kikristo, bali pia alikuwa ni wa kanisa gani. Kwa hivyo, ukweli huu ni muhimu sana. Ni wazi kwamba wokovu unaamuliwa na uhusiano wa kila mtu binafsi na Mungu. Lakini maisha yao ya Ukristo wanayaishi katika kanisa aina gani, na wanamtumikia mchungaji aina gani, ni mambo yanayowaathiri sana waamini hao.

Kwa mfano, bila kujua ukweli vizuri sana, kama mchungaji wa kanisa fulani atahukumu na kumhesabia hatia mchungaji mwingine au kanisa lingine, basi, washiriki wa kanisa lile wanaweza kuhukumu na kumhesabia hatia mchungaji mwingine au kanisa kwa njia hiyo hiyo. Katika kisa hiki, hata ingawa wanawezakuwa hawana malengo yoyote mabaya, hakiwezi tu kupuuzwa Siku hiyo ya Hukumu.

Kwa hivyo, tunapaswa kutambua jinsi aina ya kanisa tunalohudhuria, na aina ya mchungaji anayetufunza ilivyo muhimu.

Kama kiongozi wa kanisa ataongoza roho nyingi kuingia katika njia ya kifo, adhabu yake itakuwa kubwa sana. Kinyume cha hilo, mchungaji akiongoza kundi lake kwenye majani mabichi na maji matulivu, na kuwaongoza katika makao mazuri katika ufalme wa mbinguni, atapokea zawadi kubwa na heshima.

Bwana azishikaye hizo nyota saba katika mkono wake wa kuume, na kuenenda katikati ya vile vinara saba vya dhahabu anaangalia kila kipengele na matendo ya makanisa na macho yake yanayowaka.

Makanisa ya Leo Yanayofanana na Kanisa la Efeso

Kwa kuwa ujumbe kwa makanisa saba unatumika kwa jumla katika makanisa yote ulimwenguni bila kujali mahali au wakati, hata katika makanisa ya kisasa tunaweza kupata mifano ya kila kanisa kati ya hayo makanisa saba.

Bwana ametoa neno lake kwa makanisa yanayofanana na Kanisa la Efeso. Makanisa mengi yanadhani kwamba wamekamilisha ufalme wa Mungu sana, lakini kuna idadi kubwa ya kushangaza ya makanisa ambayo hayajapoteza tu upendo wao wa kwanza, lakini wameshindwa kuurejesha.

Kwa kweli Mungu ametoa neno lake kuhusu kanisa maalum.

Kuanzia ufunguzi wa kanisa hilo, washiriki wamejaribu kuishi katika kweli kwa muda na wamevumilia kila kitu hata pamoja na mateso kwa ajili ya jina la Bwana. Walikuwa na moto wa upendo wao wa kwanza, waliungana kama kitu kimoja katika maombi hata katikati ya mateso, na walijaribu kutimiza mapenzi ya Mungu kwa ubora zaidi kama walivyoweza.

Walijaribu kuingia katika viwango vya ndani zaidi vya roho na neno la kweli la Mungu likahubiriwa. Walijitahidi sana kujaribu kupanua ufalme wa Mungu, na Mungu alipendezwa sana nao na akawabariki. Kanisa lilipanuka siku baada ya siku. Washiriki wa kanisa walipokea baraka, na hata kazi za uponyaji zilifanyika.

Hata hivyo, kanisa lilipokuwa likiendelea kuimarika na kutambuliwa na makanisa mengine, kuanzia wakati huo ndipo kanisa lilipoanza kubadilika. Athari zilikuwa kubwa sana.

Kama wangekuwa wamegeuka wakati ule waliopoacha upendo wa kwanza na kuanza kubadilika, wangekuwa wameurejesha huo upendo wa kwanza. Lakini walikuwa tayari wamebebwa na fahari ya kutimiza mambo mengi. Hatimaye fahari hiyo ikakua na kuwa kiburi katika dhana kwamba Mungu mwenyewe alikuwa anawatambua.

Sasa, huendelea na hata kuingia katika hali ya kuhukumu, kuhesabia hatia, na kukosoa makanisa mengine. Kwa sababu ya fahari waliyo nayo ya kutambuliwa na wengine, huhukumu na kuhesabia hatia makanisa mengine au wachungaji kama potovu

Neno la Mungu linatwambia tusihukumu wala kuhesabia

hatia. Kwa hivyo, tunapaswa kuweza kuchanganua kwa kutumia neno la Mungu, ila hatupaswi kukuza majivuno ambayo yanaweza kufumba macho yetu na kutufanya kuwa vipofu Zaidi ya hayo, hakuna mtumishi wa Mungu au wachungaji wanaoshikwa na mkono wa kuume wa Bwana kupitia kwa kazi za uwezo wa Mungu anapaswa kuhukumiwa na vigezo vya kibinafsi ambavyo haviwi sawa siku zote.

Washiriki wa kanisa hawakuwa na hamu tena ya kujitoa au kuvumilia kwa ajili ya ukweli. Wakapunguza maombi yao polepole, na badala ya kufuata mapenzi ya Mungu, wakataka kufurahia yale waliyokuwa wametimiza tayari. Kwa nje ilionekana kana kwamba kanisa lilikuwa bado linakua, lakini moto na shauku ya uaminifu uliokuwa ndani yao ulipotea.

Hivyo ndivyo ilivyo na imani za watu binafsi. Baada ya mtu kumkubali Bwana, mradi ari ya upendo wa kwanza iendelezwe, hakosi mkutano wowote wa maombi au mikutano ya injili, na hupokea majukumu mengi ya kanisa kwa kupenda mwenyewe. Lakini muda unapoenda, shauku yake kuhusu majukumu inaweza kupungua. Anaweza kuwa hapendi tena kutimiza majukumu yake. Anaweza hata kubadilisha majukumu yake au kwa hiari yake mwenyewe anaweza kuacha majukumu yake kabisa.

Kwa kweli, mtu anaweza kuwa na majukumu mengi sana na akajaribu kuyadhibiti, lakini hili liko tofauti sana na kugeuza majukumu kwa sababu hataki kuyafanya tena. Lakini kwa sababu ana imani, bado anahudhuria ibada na mikutano ya maombi, lakini moto aliokuwa nao awali umepotea, na hakuna tena ukuaji wa imani wa kibinafsi.

Sababu ya Kimsingi ya Kuwa kama Kanisa la Efeso

Mara ya kwanza watu wanapoanza kupoteza upendo wa kwanza, hata ingawa wanaonekana kujaribu, wanahisi kusumbuka na kufadhaika kwa sababu yake. Wanahisi kwamba wanahitaji kufanya jambo kuhusu huo, lakini muda unapoenda mioyo yao huendelea kufa ganzi kwa hiyo hisia. Hatimaye hupoteza utambuzi wa hisia hizo kabisa. Kwa watu binafsi na makanisa, sababu kuu ya kimsingi ya kuacha upendo wa kwanza na kuwa kama kanisa la Efeso ni kwa sababu hawajakita mizizi mbali katika imani.

Miti yenye mizizi iliyoenda mbali haitikisiki kirahisi. Vivyo hivyo, tukiwa na mizizi ya kwenda mbali ya imani katika neno la Mungu na maombi hatutatikisika katika hali yoyote. Tunapata upungufu wetu kila siku kwa kutumia neno la Mungu na kubadilisha mioyo yetu na maombi, na kwa hivyo hakuna sababu ya kupoteza ujazo wa Roho. Tunapokuwa na ujazo wa Roho hatutakuwa na mfadhaiko wowote utakaovuruga mioyo yetu kamwe.

Mtu anaweza kuonekana kwamba anamwamini Mungu, awahubiri injili watu wengine, na kuomba, lakini kwa sababu hata mizizi ya kwenda mbali katika imani, hana tunda thabiti la uvuvio. Pia hana ushahidi wa kuonyesha kwamba anapendwa na Mungu. Kwa hivyo, akili yake inaweza kugeuka kirahisi.

Anahitaji tu kuridhiana na uhalisi wa hali ilivyo wakati huu. Hakuna maendeleo katika mambo anayoamini, lakini badala yake kuna kurudi nyuma.

Kwa hivyo, tunapaswa kuchanganua hali sahihi ya imani yetu wakati huu na tutubu haraka na kugeuka. Bila hivyo, Mungu anasema kwamba atakiondoa kinara kutoka mahali pake (Ufunuo 2:5). Kisha, neema ya Mungu na Roho Mtakatifu ataenda kanisa lingine ili waamini watimize mapenzi ya Mungu na upaji wake.

Kwa hivyo, kupitia kwa ujumbe uliotumwa kwa Kanisa la Efeso, tunapaswa kuweza kuangalia imani yetu binafsi na imani ya makundi tofauti katika kanisa, ili tuweze kuamua yale yanayoweza kusifiwa na yale yatakayokemewa na Bwana.

SIFA ZILIZOPEWA KANISA LA EFESO.

Nayajua matendo yako, na taabu yako, na subira yako, na ya kuwa huwezi kuchukuliana na watu wabaya, tena umewajaribu wale wajiitao mitume, nao sio, ukawaona kuwa waongo; tena ulikuwa na subira na kuvumilia kwa ajili ya jina langu, wala hukuchoka(Ufunuo 2:2-3).

Katika barua kwa makanisa saba, tunapata kwamba Bwana anakabiliana na kila kanisa kwa njia tofauti. Kulingana na makanisa tofauti anasifu na kukemea, na kwa lingine anakemea tu peke yake, na kwa lingine analisifu tu peke yake, na kwa lingine anatoa tu ushauri bila kulisifu wala kulikemea.

Tukijifunza kutoka kwa mfano huu wa Bwana kukabiliana

na makanisa saba, tunaweza kuwashauri wengine kwa matokeo mazuri. Kabla Bwana kulikemea Kanisa la Efeso, kwanza alisifu mambo yao mazuri na kisha akawakaripia kwa makosa yao.

Tunapojaribu kumfanya mtu atambue makosa yake, tukianza kumkemea na kisha tumsifu, moyo wake umefungwa tayari kwa sababu ya huko kukemewa. Kwa hivyo hakutaleta matokeo yanayotarajiwa. Kwa kuanza kusifu mambo mazuri, tunaweza kuufanya moyo wake ufunguke sana, na kisha baadaye tukitaja mambo yanayotaka kubadilishwa, atayakubali kwa mtazamo mzuri zaidi.

Kwa hivyo, kama mtu hana chochote anachoweza kusifiwa nacho, ni vizuri zaidi tusimkemee mtu huyo kamwe. Katika hali hii, atapoteza ushupavu wake na kuufunga moyo wake. Katika hali hii, ni busara zaidi kumpa ushauri katika upendo bila kumkemea. Sasa, natuangalie sifa ambazo Bwana alilipatia Kanisa la Efeso.

Kanisa la Efeso Lilikuwa na Subira ya Kutenda katika Kweli

Kwanza, Bwana aliwasifu kwa kuwa na subira ya kutekeleza kweli. Mchungaji na waamini wa Kanisa la Efeso walijaribu kuishi kwa kufuata neno la Mungu, kuacha kila kilichokuwa makosa moja baada ya moja, kulingana na kweli.

Katika neno la Mungu, kwa jumla kuna aina nne za amri:

fanya, usifanye, shika, na acha mambo fulani. Kwa mfano, kuna vitu kama, 'Penda,' 'Samehe,' 'Usitamani,' 'Shika Sabato,' 'Acha aina zote za uovu,' n.k. Ili tuweze kutekeleza maneno yote ya kweli, tunahitaji saburi.

Kwa mfano, neno la Mungu linatwambia tukumbuke Sabato na tuitakase. Kwa hivyo, siku za Jumapili ni lazima twende kanisani na kumwabudu Mungu katika roho na kweli. Matumbuizo ya kilimwengu, kununua na kuuza vitu na kufanya biashara kumekatazwa. Kushika neno linalotwambia tuombe bila kukoma, ni tuombe kwa bidii.

Lakini leo, ni makanisa mangapi kwa kweli yanaweza kusifiwa kwa kushika neno la Mungu? Waebrania 10:24-25 inasema, "tukaangaliane sisi kwa sisi na kuhimizana katika upendo na kazi nzuri, wala tusiache kukusanyika pamoja, kama ilivyo desturi ya wengine; bali tuonyane; na kuzidi kufanya hivyo, kwa kadiri mwonavyo siku ile kuwa inakaribia." Lakini kwa kutaka kuishi mtindo wa raha wa maisha ya Kikristo, mikutano kama hiyo inapotea katika makanisa mengi.

Wabrania 12:4 inasema, "Hamjafanya vita hata kumwagika damu, mkishindana na dhambi." Inatwambia tung'ang'ane na dhambi hadi kiasi cha kumwaga damu. 1 Wakorintho 4:2 inasema, "Hapo tena inayohitajiwa katika mawakili, ndiyo mtu aonekane kuwa mwaminifu." Ufunuo 2:10 inasema, "Uwe mwaminifu hata kufa."

Ili tuweze kuacha dhambi na uovu mioyoni mwetu, ni

lazima tujitahidi kufikia kiasi cha kumwaga damu. Ili tuweze kuwa waaminifu kwa majukumu yetu mpaka kufa, ni wazi kwamba tunahitaji uvumilivu na saburi. Hata kama sisi wenyewe tunaweza kuona kwamba tunang'ang'ana kwa bidii dhidi ya dhambi na tuwaaminifu, hatupaswi kutosheka wenyewe na kuona, "Nimekamilisha mambo mengi."

2 Wakorintho 10:18 inasema, "Maana mtu mwenye kukubaliwa si yeye ajisifuye, bali yeye asifiwaye na Bwana." Ni lazima tutambuliwe na Bwana. Haimaanishi kwamba ni lazima tuache dhambi na kuwa waaminifu ili tupate sifa. Hata baada ya kufanya kama tunavyoweza, hatupaswi kuungama kwamba tumefanya vile tunavyotakiwa. Ni lazima tuwe na moyo wa mtumishi asiye na thamani (Luka 17:10).

Ni wakati huo peke yake ndipo tunaweza kuwa makanisa na waamini ambao Bwana anaweza kutusifu kweli. Ni kwa sababu kanisa la Efeso lilijitahidi sana kujaribu kutekeleza kweli na saburi ndipo Bwana akaweza kulisifu akisema, "Nayajua matendo yako, na taabu yako, na subira yako" (kif. 2).

Kanisa la Efeso Halikuchukuliana na Watu Wabaya

Pili, Bwana alisifu washiriki wa Kanisa la Efeso kwa kutochukuliana na watu wabaya. Wengine wanaweza kuelewa neno la Mungu vibaya na waseme, "Kanisa linapaswa kumpenda kila mtu, kwa hivyo ni lazima tuwakubali hata wale wanaotenda dhambi."

Kwa kweli, katika Bwana, ni lazima tusamehe sabini mara saba na kuwavumilia wengine mpaka wabadilike. Lakini haimaanishi kwamba ni lazima tu tuwaache hata wale wanaotaka kufa kwa sababu ya dhambi.

Watoto wanaposhika njia mbaya, kama wazazi wanawapenda, hawataendelea tu kuwasamehe. Ni lazima wawasahihishe watoto kila inapohitajika, kwa maana wakimcha mwana kulia watalia wenyewe. Hata katika Bwana ni vivyo hivyo. Mungu hana giza kamwe, na ni Mtakatifu. Hakubali chochote kiovu.

1 Wakorintho 5:11-13 inasema, "Lakini, mambo yalivyo, naliwaandikia kwamba msichangamane na mtu aitwaye ndugu, akiwa ni mzinzi au mwenye kutamani au mwenye kuabudu sanamu au mtukanaji au mlevi au mnyang'anyi; mtu wa namna hii msikubali hata kula naye. Maana yanihusu nini kuwahukumu wale walio nje? Ninyi hamwahukumu hao walio ndani? Lakini hao walio nje Mungu atawahukumu. Ninyi mwondoeni yule mbaya miongoni mwenu."

Tusiyaelewe vibaya maneno haya. Haimaanishi kwamba ni lazima tuwe mbali na wasioamini au tujitenge na waamini wapya walioingia katika imani hivi karibuni tu. Hata hivyo, kama mtu mwenye cheo cha shemasi au mzee wa kanisa anayepaswa kuwa na imani atafanya dhambi kama hizo, hatupaswi kujihusisha nao bali tuwatoe kanisani.

Yesu alitwambia tusamehe hata sabini mara saba (Mathayo 18:22), lakini ni kwa nini basi anatwambia tusiwasamehe hawa watu lakini tuwatoe katikati yetu? Bwana amejaa upendo. Hata kama mtu ametenda dhambi, akitubu na kugeuka, Bwana humwonea huruma na humsamehe.

Lakini kama mtu hageuki akijua kwamba anatenda dhambi, inamaanisha kwamba ana moyo mgumu sana. Atapokea kazi nyingi zaidi kutoka kwa Shetani na afanye mambo maovu zaidi na zaidi. Hatimaye atasababisha uharibifu mkubwa kwa kanisa pia.

Kanisa ni mahali pa kuokoa roho na kupanua ufalme wa Mungu kulingana na mapenzi yake. Lakini kwa sababu ya hawa watu, ufalme wa Mungu unazuiwa. Tukiwaacha hawa watu wafanye watakavyo, hilo litaenea na kuwaathiri watu wengine kama chachu katika unga uliokandwa. Hiyo ndiyo sababu Bwana anatwambia tuwatoe hawa watu katikati yetu. Lakini haimaanishi ni lazima tuwatoe mara tu wanapotenda dhambi.

Jinsi ya Kumshauri Ndugu Aliyetenda Dhambi

Mathayo 18:15-17 inatwambia, "Na ndugu yako akikukosa, enenda ukamwonye, wewe na yeye peke yenu; akikusikia, umempata nduguyo. La, kama hasikii, chukua pamoja nawe tena mtu mmoja au wawili, ili kwa vinywa vya mashahidi wawili au watatu kila neno lithibitike. Na asipowasikiliza wao, liambie kanisa; na asipolisikiliza kanisa pia, na awe kwako kama mtu wa mataifa na mtoza ushuru."

Ndugu katika imani akifanya kosa, hatupaswi kulieneza kwa wengine, bali kumshauri kwa moyo wenye upendo. Akiacha kosa hilo wakati huo, hataingia katika njia ya kifo, na maanake ni kwamba anaweza kuokolewa. Lakini akiwa hatasikia, tunapaswa kuwaambia watu wengine wachache tu ambao wana vyeo katika vikubwa katika kanisa ili wamshauri.

Ikiwa hatasikia bado, kulingana na amri, ni lazima tuwajulishe wachungaji ambao ni wakuu zaidi katika uongozi wa kanisa. Kisha watalazimika kumshauri na neno la Mungu, au ikiwalazimu, wamkemee ili aweze kuacha hizo dhambi. Ikiwa hasikii bado, basi Mungu anatwambia tumchukulie kama vile tungemchukulia Mtu Asiyemjua Mungu au mtoza ushuru. Akiachwa aendelee bila vikwazo vyovyote, atawafanya wengine humo kanisani wafanye dhambi, hivyo basi kusababisha matatizo makubwa kanisani.

Si kwa sababu Mungu hana upendo ndipo anatwambia tusichukuliane na watu wanaofanya uovu wao kanisani. Ni kwa ajili ya roho nyingi na kwa kulifanya kanisa liwe takatifu. Kanisa lilinunuliwa kwa damu ya Bwana na kanisa ni mwili wa Kristo.

Jambo ambalo lazima tukumbuke hapa ni kwamba ushauri wetu kwa ndugu katika imani utakuwa hauna maana kama sisi wenyewe hatuishi katika kweli. Kama hatutaishi katika kweli, bali tumshauri ndugu mwingine tu tukisema, "Ndugu, Mungu anachukia dhambi. Furahi siku zote, omba bila kukoma, na utoe shukrani," basi, tendo letu linaweza kuleta mambo mabaya.

Yesu alisema katika Mathayo 7:3-5, "Basi, mbona wakitazama kibanzi kilicho ndani ya jicho la ndugu yako, na boriti iliyo ndani ya jicho lako mwenyewe huiangalii? Au utamwambiaje nduguyo, Niache nikitoe kibanzi katika jicho lako; na kumbe! Mna boriti ndani ya jicho lako mwenyewe? Mnafiki wewe, itoe kwanza ile boriti katika jicho lako mwenyewe; ndipo utakapoona vema kukitoa kile kibanzi katika jicho la ndugu yako."

Kabla kutoa ushauri kwa mtu mwingine kwanza lazima tuache uovu wetu na tusiwe na hisia zisizokuwa kweli ndani yetu. Hapo peke yake ndipo tunaweza kutoa ushauri kwa mtu mwingine. Tutakapotimiza masharti haya basi tunaweza kushauri katika njia ambayo yule mtu mwingine hatakwazika na kuelewa vibaya hakutakuwako. Ushauri lazima ukubaliwe kwa furaha.

Katika 1 Petro 1:16 Mungu alituamuru tuwe watakatifu kwa sababu yeye ni mtakatifu. Tuna sababu ya wazi ya kuwa watakatifu. Mungu alimtoa Mwanawe mmoja na wa pekee, Yesu Kristo, kama sadaka ya kuondoa dhambi ili atukomboe kutoka dhambini. Pia amewapa waamini Roho Mtakatifu ili tuweze kuacha dhambi na tuishi katika nuru. Basi, Mungu anawezaje kuruhusu uovu kanisani yaani mwili wa Kristo?

Lakini katika uhalisi kuna makanisa mengi leo ambayo hayakemei au kudhibiti mambo maovu yafanywayo humo kanisani. Huyapuuza tu au kuchukuliana nayo. Watu kanisani wana wasiwasi kwamba washiriki wa kanisa wakipewa ushauri au kukemewa kwa kuwaonyesha dhambi zao, wanaweza kuhama kanisa hilo. Wengine wanawapenda kimwili na kuwahurumia watu waovu. Na wengine pia huchukuliana na utajiri na mamlaka na kuvumilia watu waovu kanisani.

Lakini jukumu la kanisa ni nini? Ni kufundisha watoto wa Mungu kuishi katika kweli na kuongoza roho nyingi iwezekanavyo katika ufalme wa mbinguni. Mchungaji na viongozi wanapaswa kuonya vikali kuhusu mambo ya dhambi mbele za Mungu ambayo huwaongoza waamini katika kifo, ili waweze kuacha dhambi. Wanapaswa kuhimiza na kushauri washiriki wa kanisa na upendo ili waache dhambi na kuishi maisha ya utakatifu.

Kanisa la Efeso Liliwajaribu na Kuwafunua Mitume wa Uongo

Tatu, washiriki wa Kanisa la Efeso walisifiwa kwa kuwajaribu wale waliojiita mitume na hawakuwa mitume, na wakawapata kuwa waongo. Hapa, 'mtume' si wale wanafunzi kumi na wawili wa Yesu au mtume Paulo. Ni neno la jumla lenye maana ya wale wote wenye vyeo na majukumu kanisani.

Katika kanisa la leo, kuna vyeo vingi pamoja na wahudumu, wazee wa kanisa, mashemasi wa kike wakuu, na mashemasi. Bila kujali kama kweli wana imani au la, kwa kuwa wamehudhuria kanisa kwa muda, baadhi yao hupokea vyeo hivyo kutoka kwa kanisa. Hata tukapokea vyeo vikubwa na majukumu mengi, kama Mungu hatutambui, havina maana yoyote.

Hata kama tumepokea vyeo kwa sababu ya muda tuliohudhuria kanisa au mambo yaonekanayo kwa nje, kama hatutambuliwi na Mungu, sisi ni mitume tu wanaojiita mitume, lakini sio mitume. Basi maanake ni nini kwamba watu, Kanisa la Efeso, waliwajaribu wale waliojiita mitume na sio mitume, na wakawapata kuwa waongo?

Kwa mfano, tuseme mchungaji anafundisha washiriki waache dhambi na uovu na waishi kwa kufuata neno la Mungu. Wale washiriki wenye imani watalipokea neno na 'Amina' na walitii. Tunapata katika Waebrania 4:12 kwamba neno la Mungu linapokuwa hai na lenye nguvu, na kuwa na ukali kuliko upanga uwao wote ukatao kuwili, na kuchoma hata kuzigawanya nafsi na roho, za viungo na mafuta yaliyomo ndani yake, wanaweza kuyatambua mambo ambayo si sawa kulingana na kweli, na watubu, na kuyaacha.

Lakini wale wenye mioyo migumu hawataacha hata baada ya kulisikia neno la Mungu. Lakini badala yake, wakihisi kwamba uovu wao utafunuliwa, huwadanganya washiriki wengine wa kanisa, husema mabaya juu ya kanisa na mchungaji, na kuacha kanisa. Uongo wa wale wanaojiita mitume na sio mitume hufunuliwa.

Hata kati ya wachungaji, kuna wale wanaojiita mitume na sio mitume. Kama wachungaji, huhukumu na kuhesabia hatia makanisa mengine au wachungaji wengine na neno la Mungu. Wao wenyewe wamekuwa vipofu wanaoongoza kundi katika njia mbaya. Hivyo ndivyo ilivyokuwa kwa makuhani wakuu, Mafarisayo, na waandishi.

Katika Mathayo sura ya 23, Yesu aliwaita 'viongozi vipofu,' na akawakemea akisema, "Vivyo hivyo ninyi nanyi, kwa nje mwaonekana na watu kuwa wenye haki, bali ndani mmejaa unafiki na maasi" (kif. 28).

Wakati mwingine Mungu huruhusu mitihani ifanyike kanisani ili afunue aina hii ya uongo. Wakati wa mitihani hii, kanisa linaweza kukabiliana na mateso mengi na matatizo mengi.

Kwa mfano, wakati Stefano alipoonyesha dhambi na uovu wa watu wabaya, mioyo yao ilikwazwa na wakampiga mawe

Stefano hadi akafa. Vivyo hivyo, watu waovu, dhambi zao zinapoonyeshwa au utambulisho wao unapofunuliwa, hufunua uovu ulio ndani yao. Kwa hivyo, Mungu anaporuhusu mitihani ili kufunua wale wanaojiita mitume na sio mitume, wale wenye imani dhaifu pia wanaweza kupoteza imani yao.

Lakini wale wenye imani ya dhati hawatatikisika katika hali ya aina yoyote. Kama vile ardhi inavyokuwa imara zaidi baada ya mvua, watakuwa na imani imara na uzuri mkuu zaidi kupitia kwa hiyo mitihani. Zaidi ya hayo, baada ya kupita mitihani, si mtu huyo binafsi peke yake bali pia kanisa lote litapokea baraka za Mungu.

Kanisa la Efeso Halikuchoka Kuvumilia na kuwa na Saburi kwa ajili ya Jina la Bwana

Nne, Bwana alilisifu Kanisa la Efeso kwa kuwa na saburi na uvumilivu kwa ajili ya jina la Bwana bila kuchoka. Tunaposikiliza neno la Mungu, kama tunaweza kupata dhambi zetu kupitia kwa ujumbe, ni lazima tutubu, tujaribu kugeuka na kuishi kwa kufuata neno la Mungu.

Lakini wakati mwingine, kama dhambi zao zitaonyeshwa huku wakisikiliza neno la Mungu, wanakuwa wakaidi na kuzua aina fulani ya majaribu. Lakini mchungaji wa kweli atawavumilia hata watu wa aina hii. Ataomba kwa machozi, na kuwakubali kwa upendo, ataendelea kufundisha neno la uzima ili hawa watu wasianguke katika njia ya kifo.

Musa alipanda juu mlimani peke yake, akafunga kwa siku 40, ili apokee Amri Kumi kutoka kwa Mungu. Wakati huo huo, watu wa Israeli walitengeneza sanamu na wakaiabudu. Ilikuwa dhambi ya kifo. Mungu alikasirika na akataka kuwaangamiza Waisraeli kabisa. Lakini Musa aliomba na machozi kwa niaba yao (Kutoka 32:31-32).

Mtume Paulo alipigwa na kufungwa jela alipokuwa akihubiri injili. Alikuwa ameteseka sana, lakini alishinda kila kitu akivumilia na kuwa na saburi kwa ajili ya Yesu Kristo. Mchungaji wa Kanisa la Efeso pia alikuwa na saburi na uvumilivu kwa ajili ya jina la Bwana na hawakuchoka, na kwa hivyo Bwana akamsifu.

Mchungaji akichoka na kuwa mvivu, hataomba. Basi, hawezi kulinda kundi lake katika vita vya kiroho dhidi ya adui ibilisi. Pia hawezi kurudisha kondoo aliyepotea.

Ni wakati tu peke yake ambapo mchungaji anakuwa na bidii ndipo anapoweza kutunza kundi na kutimiza majukumu yake yote. Leo pia, ili tupate kusifiwa na Bwana, kanisa na mchungaji wanapaswa kufanya hivi.

Hasa, wakati huu wa mwisho ambapo ulimwengu umejaa dhambi, uvumilivu mwingi na saburi nyingi vinatakiwa ili kuongoza kundi liingie katika ufalme wa Mungu. Hata ingawa tunafundisha kweli na kuonyesha ushahidi ambao kwa huo wanaweza kuamini, tunaweza kuona baadhi ya roho ambazo bado zinashika urafiki na ulimwengu na kukaa gizani. Hata hivyo, ni lazima tuziombee kwa machozi mengi ya kuwaombolezea. Ni lazima tuwe macho kila wakati ili tuweze kutunza hizo roho. Ni lazima tuzitunze kwa upendo mwingi, bila kuchoka au kuwa wavivu.

Leo, hata kati ya waamini, kuna watu wanapotosha kweli. Katika jina la ufahamu na utangamano, wanaridhiana na mitindo ya ulimwengu. Kwa hivyo, kuna mambo mengi sana ambayo ni lazima tuyavumilie kwa ajili la jina la Bwana. Kama tuna imani ya kweli katika Bwana, tutavumilia na furaha na shukrani katika aina yoyote ya mtihani au jaribu. Hatutachoka, bali tutakuwa na bidii ya kuomba na kutimiza majukumu yetu yote.

Karipio la Bwana kwa Kanisa la Efeso

Lakini nina neno juu yako, ya kwamba umeuacha upendo wako wa kwanza. Basi, kumbuka ni wapi ulikoanguka; ukatubu, ukayafanye matendo ya kwanza. Lakini, usipofanya hivyo, naja kwako, nami nitakiondoa kinara chako katika mahali pake, usipotubu (Ufunuo 2:4-5).

Kanisa la Efeso lilisifiwa kwa kuvumilia taabu ili litekeleze kweli, na kutochukuliana na watu wabaya, kuwafunua mitume wa uongo, kuwa na subira na kuvumilia kwa ajili ya jina la Bwana, na kutochoka katika jitihada zao. Hata hivyo, Kanisa la Efeso pia lilikuwa na mambo waliyokemewa nayo.

Kanisa la Efeso Liliacha Upendo wa Kwanza

Kanisa la Efeso lilipokea pongezi kutoka kwa Bwana, lakini baadaye wakasikia onyo kali kwamba Bwana angekiondoa kinara cha mataa kutoka mahali pake. Ni kwa sababu waliacha upendo wa kwanza na kupoteza matendo yao ya kwanza. Sababu iliyofanya Kanisa la Efeso lipokee karipio kama hilo ni nini?

Yohana 14:21 inasema, "Yeye aliye na amri zangu, na kuzishika, yeye ndiye anipendaye; naye anipendaye atapendwa na Baba yangu; nami nitampenda na kujidhihirisha kwake." 1 Yohana 5:3 inasema, "Kwa maana huku ndiko kumpenda Mungu, kwamba tuzishike amri zake; wala amri zake si nzito."

Mchungaji na washiriki wa Kanisa la Efeso walimpenda Mungu na wakang'ang'ana dhidi ya dhambi na kuziacha hapo mwanzo. Walijaribu kuishi kwa kufuata neno la Mungu, Walipata taabu na kushinda vita kwa furaha na shukrani, lakini muda ulipopita, walianguka mbali na kweli.

Kufikia mahali fulani, walipoteza upendo wao wa kwanza. Hakujaribu kukusanya na walikoma kuomba. Hawakujaribu kuishi kwa kufuata kweli tena bali walirudi ulimwenguni.

Watu wengi, wanapokutana na Mungu mara ya kwanza na kumpokea Roho Mtakatifu, hujazwa na furaha inayotiririka ya ujazo wa Roho Mtakatifu. Hukusanyika katika kila ibada na aina tofauti za mikutano, wakijitahidi sana kuendelea kuomba. Pia, wanapoamini katika kuwako kwa mbinguni na jehanamu, huhubiri injili kwa ndugu zao, jamaa na majirani zao. Husikia raha wanapotumia wakati pamoja na ndugu katika imani. Hungojea Jumapili ije na kutamani kusikia neno la Mungu.

Lakini wakati huu, ujazo wa upendo wao wa kwanza unapopoa, hata wakihudhuria ibada, hawawezi kuomba katika roho na kweli. Wanahudhuria tu ibada kwa kuhisi kwamba ni jukumu lao. Sio tu katika ibada, bali pia katika kipindi cha maombi, hulala. Hawana nguvu ya kung'ang'ana dhidi ya dhambi na kuacha dhambi, kwa hivyo huridhiana na ulimwengu na kuchafuliwa na dhambi tena.

Imani yetu sasa hivi iko namna gani? Kwa nini tusifikirie juu ya mihemuko ya upendo wa kwanza, tulipompokea Roho Mtakatifu kwa mara ya kwanza na mioyo yetu ikajazwa furaha isiyoelezeka? Tukifikiri juu ya aina ya moyo tuliokuwa nao hapo mwanzo, ni wangapi kati yetu wanaweza kusema kwa uhakika kwamba upendo wetu wa kwanza haukupoa wala kubadilika? Hatukufikiri kwamba ni asilia kwamba tulipoteza upendo wetu wa kwanza?

Lakini Bwana anakemea kupoteza upendo wa kwanza. Pia, anatwambia, "Basi, kumbuka ni wapi ulikoanguka; ukatubu, ukayafanye matendo ya kwanza" (kif. 5). Ni lazima tutambue ni mahali gani ambapo tulianza kupoteza shauku yetu ya kwanza. Ni lazima tutubu na tugeuke ili turejeshe matendo ya kwanza, moto wa kwanza na ujazo wa kwanza tuliokuwa nao hapo mwanzo.

Sababu ya Kuacha Upendo wa Kwanza

Mwanamume na mwanamke hupendana sana, na huungana na kuwa kitu kimoja katika ndoa. Lakini muda unapopita, hubadilisha mawazo yao, yaani huacha upendo wao wa kwanza. Wakihifadhi tu upendo waliokuwa nao kwanza, uhusiano wao utaendelea kuwa mzuri nyakati zote, na hakutakuwa na matatizo.

Ndivyo ilivyo na upendo wetu kwa Mungu na kwa Bwana. Wengine husema wameanguka katika mitihani kwa sababu ya matendo ya ndugu wengine katika imani. Wengine husema kwamba walianza kukosa ibada mara kadhaa ili waweze kupata pesa Jumapili, na sasa ni vigumu kuitakasa siku ya Bwana. Bado wengine husema walikuwa na tatizo na mchungaji, au wameanguka katika mitihani kwa sababu walikuwa na tashwishi na ujumbe uliohubiriwa.

Lakini sababu ya kimsingi zaidi inayotufanya tupoteze upendo wetu wa kwanza ni kwamba tunaanza tena kuchukua mambo yasiyokuwa kweli ambayo tulikuwa tunayaacha. Hata kama wakati huu tumejaa Roho, tukiangalia ulimwengu tena na kuchukua mambo ya kilimwengu tena, tunaweza tu kuanguka ulimwenguni.

Msiipende dunia, wala mambo yaliyomo katika dunia. Mtu akiipenda dunia, kumpenda Baba hakumo ndani yake. Maana kila kilichomo duniani, yaani, tamaa ya mwili, na tamaa ya macho, na kiburi cha uzima, havitokani na Baba, bali vyatokana na dunia (1 Yohana 2:15-16).

Mtu anaweza kuwa amekuwa akiutahiri moyo wake kwa bidii na ujazo wa upendo wa kwanza, lakini baada ya miaka kadhaa, anaweza kupata kwamba anakaa katika hali ile ile na amekuwa hafanyi uboreshaji wa kiroho. Aina sawa za majaribu huwa zinatolewa ili zishindwe, au mtu aweze kuona aina za uovu ambazo alikuwa anaona ameziacha tayari zikirudi tena.

Basi, moyo unaweza kuhisi mateso au kukandamizwa, na pia anaweza kuona anahitaji kupumzika kutoka kwa jitihada hiyo. Hata hujaribu kuburudika au kupumzika kutoka kwa mambo ya kimwili ya ulimwengu huu. Anaweza kufikiri kwamba anahitaji tu kupata burudisho na pumziko hilo kidogo tu, lakini anapofuata mitindo hiyo ya ulimwengu mara kadhaa hapa na mara kadhaa pale, anaweza tu kurudi katika njia za ulimwengu kabisa.

"Nitakiondoa Kinara Chako Katika Mahali Pake"

Mambo ya kiroho hayawezi kamwe kusuluhishwa na njia za kilimwengu. Wakati imani ya mtu inapolegeza mwendo katika ukuaji wake na kisha kusimama, ni lazima agundue kwamba njia ya kusuluhisha hilo tatizo ni ya kiroho. Ni lazima aombe kwa dhati zaidi mbele za Mungu, ateremshe neema na nguvu kutoka juu, na apokee msaada kutoka kwa Roho Mtakatifu.

Ili tuweze kufanya hivyo, ni lazima tukumbuke pale

tulipoangukia, tutubu, na tugeuke. Ni lazima tuvunje ukuta wa dhambi uliojengwa kwa kuacha upendo wa kwanza na kupoteza matendo ya kwanza. Ni hapo peke yake ndipo tutakapoweza kupokea nguvu na neema ya kuendelea tena. Hatupaswi tu kutubu tu hivihivi, bali ni lazima turarue mioyo yetu katika toba.

'Mungu Baba amemtoa Mwanawe mmoja na wa pekee kwa ajili yangu. Bwana aliuchukua msalaba kwa ajili yangu na akapitia mateso mengi sana na dhihaka ili anionyeshe upendo wake. Inakuwaje nimeweza kuacha upendo wake na neema yake?'

Aina hii ya toba ni lazima itoke kutoka kilindi cha moyo wetu na ni lazima matendo yetu yaonyeshe kwamba tumetubu kweli. Ni lazima tujazwe Roho na turejeshe maisha ya Kikristo yenye shauku ambayo wakati mmoja tuliyaishi.

Bwana anakemea Kanisa la Efeso lililoacha upendo wake wa kwanza na anawaambia watubu. Bila hivyo, Bwana atakiondoa kinara kutoka mahali pake. Hapa kinara ni kanisa, na hiki kirai kina maana mbili kuu.

Kwanza, 'Kuondoa kinara kutoka mahali pake' maanake ni kwamba Bwana atamwondoa Roho Mtakatifu kutoka moyoni mwa kila mtu.

1 Wakorintho 3:16 inasema, "Hamjui ya kuwa ninyi mmekuwa hekalu la Mungu, na ya kuwa Roho wa Mungu

anakaa ndani yenu? " Mwili wetu ni hekalu takatifu la Mungu. 'Kuondoa kinara' maanake ni kuondoa kanisa, mwili wa Bwana. Kwa hivyo, maanake ni kwamba Bwana atamwondoa Roho Mtakatifu anayekaa mioyoni mwetu.

1 Wathesalonike 5:19 inasema, "Msimzimishe Roho," na 1 Wakorintho 3:17 inasema, "Kama mtu akiliharibu hekalu la Mungu, Mungu atamharibu mtu huyo. Kwa maana hekalu la Mungu ni takatifu, ambalo ndilo ninyi." Mungu anasema kwamba atamharibu mtu atakayeharibu hekalu la Mungu. Hili linamaanisha kama Mungu akimwondoa Roho Mtakatifu kutoka kwetu, hatuwezi kuwa hekalu takatifu la Mungu tena.

Baada ya kumpokea Roho Mtakatifu, kama tutapoteza upendo wa kwanza na tukae katika dhambi tukiushika urafiki ulimwengu, Roho Mtakatifu hawezi kuchukua mioyo yetu kama hekalu takatifu na akae ndani yetu. Tukitubu na kugeuka kabla Roho Mtakatifu hajazima, Mungu hutupatia neema yake na nafasi nyingine. Lakini kama hatutatubu na kugeuka, na hatimaye tuvuke mipaka ya hukumu yake ya haki, Roho Mtakatifuataondolewa.

Lakini mpaka mtu afikie hali ya aina hii, Roho Mtakatifu kila mara humfanya atambue jambo hili. Kwa sababu ya kuugua kwa Roho Mtakatifu atahisi matatizo, wasiwasi, hofu na mfadhaiko moyoni mwake. Pia, kupitia kwa neno la Mungu, Mungu humpatia nafasi ya kutubu. Lakini kama hatatubu na kama Roho Mtakatifu hatimaye ataondolewa, basi kiasilia Roho Mtakatifu hawezi kumsaidia tena. Kwa kuwa anaujuzi wa kweli, anaweza kujaribu kugeuka, lakini kwa sababu hawezi kupokea msaada wa Roho Mtakatifu tena, hawezi kutubu.

Badala ya kutubu, atajaribu kupata faraja moyoni mwake kwa kuchukua mambo ya kimwili ya ulimwengu. Mtu anapofika katika hali ya aina hii, ni vigumu sana kwake kugeuka. Bila sadaka ya upendo inayovuka mipaka ya hukumu ya haki ya Mungu, hawezi kujisaidia ila kuanguka katika kifo cha milele. Kwa hivyo, watoto wote wa Mungu waliompokea Roho Mtakatifu hawapaswi kamwe kufikia hali ya aina hii.

Pili, 'kuondoa kinara kutoka mahali pake' maanake ni kwamba Bwana atamwondoa Roho Mtakatifu kutoka kanisani.

Sio tu kwa watu binafsi bali pia kama kanisa, upendo wa kwanza unapopoa, kazi za Roho Mtakatifu hupotea na uvuvio pia husimama.

Mwanzo wa kanisa, wanaweza kuwa wanamlilia Mungu katika maombi, lakini baada ya kupokea kiasi fulani cha uvuvio, moto wao hupoa. Hawaombi na moto tena. Huacha kukutana. Hawaenezi injili kwa bidii tena.

Mara tu kazi za Roho Mtakatifu zinapoendelea kukatwa polepole kanisani, wao huanguka katika usingizi wa kiroho. Kazi za Roho Mtakatifu zinaposima, si rahisi kuwasha maombi ya moto tena na kurejesha ujazo wa Roho Mtakatifu tena. Kwa kuwa kanisa lilipoteza upendo wa kwanza, Mungu alikiondoa kinara, Roho Mtakatifu hafanyi kazi tena.

Kama Roho Mtakatifu hafanyi kazi tena katika kanisa, Punde tu Shetani huanza kufanya kazi ya kusababisha migawanyiko na ugomvi. Hali inaweza kufikia mahali pa kanisa kuangamizwa. Ingawa si kali kama hali hii, kama Roho Mtakatifu hawezi kufanya kazi teba katika kanisa fulani, maanake ni kwamba kanisa tayari limeacha jukumu lake.

Kwa hivyo, sisi waamini tunaoishi nyakati hizi za mwisho tunapaswa kukumbuka kifungu katika 1 Petro 4:7 kinachosema, "Lakini mwisho wa mambo yote umekaribia; basi, iweni na akili, mkeshe katika sala." Ni lazima tuwe macho. Kama tumepoteza upendo wa kwanza, ni lazima tutubu upesi na tugeuke ili Mungu asikiondoe kinara kutoka mahali pake.

Ushauri na Baraka za Bwana Zilizopewa Kanisa la Efeso

Lakini unalo neno hili, kwamba wayachukia matendo ya Wanikolai, ambayo na mimi nayachukia. Yeye aliye na sikio, na alisikie neno hili ambalo Roho ayaambia makanisa. Yeye ashindaye, nitampa kula matunda ya mti wa uzima, ulio katika bustani ya Mungu (Ufunuo 2:6-7).

Baada ya Bwana kulipongeza na kulikemea Kanisa la Efeso, bado alikuwa na sifa za ziada kwa kanisa, na hii ni hekima ya Mungu. Karipio ambalo Bwana alimpa mchungaji na washiriki wa Kanisa la Efeso kuhusu kupoteza upendo wa kwanza, halikuwa karipio dogo.

'Kuondoa kinara kutoka mahali pake' maanake ni kwamba majina yao katika kitabu cha uzima kule mbinguni yanyefutwa, na hawangeweza kuokolewa. Pia, kuhusu kanisa, maanake ni kwamba kanisa halingeweza kufanya majukumu yake kama mwili wa Kristo, kazi za Roho Mtakatifu zilikuwa zimekoma katika kanisa lile.

Waliposikia jambo hili walishtuka namna gani! Mwamini akija kupokea ushauri na aambiwe, "Mungu atamwondoa Roho Mtakatifu kutoka kwako na hutaweza kupokea wokovu," basi, huyo mwamini atazimia kwa mshtuko.

Hivyo ndivyo ilivyokuwa kwa Kanisa la Efeso Basi, baada ya Bwana kumkemea vikali mchungaji na washiriki wa Kanisa la Efeso, aliweka pongezi moja kwa ajili yao ili wasipoteze nguvu ya moyoni mwao, bali watubu na waendelee kwenda katika imani yao. Huu ulikuwa ukweli kwamba Kanisa la Efeso walichukia matendo ya Wanikolai.

Kanisa la Efeso Walichukia Matendo ya Wanikolai.

Wanikolai walikuwa kundi lililoundwa na Nikola, mmoja wapo wa mashemasi saba wa kanisa la kwanza. Kanisa la kwanza lilipokuwa linakua upesi sana (Matendo 6:7), walichagua mashemasi wawaweke juu ya kazi za utawala wa kanisa, ili mitume wamakinikie neno la Mungu na maombi.

Wale Thenashara wakawaita jamii ya wanafunzi, wakasema, "Haipendezi sisi kuliacha neno la Mungu na kuhudumu mezani. Basi ndugu, chagueni watu saba miongoni mwenu, walioshuhudiwa kuwa wema, wenye kujawa na Roho, na hekima, ili tuwaweke juu ya jambo hili. Lakini sisi tutadumu katika kuomba na kulihudumia lile Neno" (Matendo 6:2-4).

Basi wakachagua watu saba, walioshuhudiwa kuwa wema, wenye kujawa na Roho, na hekima, ili wawaweke juu ya kazi hizi katika kanisa. Mmoja wao alikuwa Nikola. Alisifiwa kwa kujawa na imani na Roho Mtakatifu, lakini baadaye alitoka katika kweli.

Alisema kitu kama, "Roho ni msafi, hana dhambi, na ametakasika. Wanadamu hufanya dhambi kwa sababu mili yao inayoonekana ina dhambi. Dhambi haina uhusiano na roho aliye ndani ya wanadamu. Kwa hivyo, Mungu anapoita roho zetu, mili itarudi kuwa konzi ya vumbi, na kwa hivyo, haijalishi ni dhambi ngapi zitafanywa na mwili, roho zetu zitaokolewa."

Lakini neno la Mungu linatwambia kwamba hata baada ya kumpokea Yesu Kristo kama Mwokozi wetu, tukiendelea kufanya dhambi, Roho Mtakatifu atazimwa. Tukifanya dhambi ya kumsulubisha Bwana tena, hatutaweza hata kutubu.

Kwa maana hao waliokwisha kupewa nuru, na kukionja kipawa cha mbinguni, na kufanywa washirika wa Roho

Mtakatifu, na kulionja neno zuri la Mungu, na nguvu za zamani zijazo, wakaanguka baada ya hayo, haiwezekani kuwafanya upya tena hata wakatubu; kwa kuwa wamsulibisha Mwana wa Mungu mara ya pili kwa nafsi zao, na kumfedhehi kwa dhahiri (Waebrania 6:4-6).

Hoja ya Nikola ilikuwa upotoshaji wa neno la Mungu. Kutekeleza neno la Mungu, ni lazima kuwe na taabu na uvumilivu. Wanikolai walifundisha kwamba hata wakifanya dhambi wangeokolewa. Watu waliopenda ulimwengu na waliokuwa wanaishi gizani walijaribiwa kirahisi. Hata walipojaribu kuacha dhambi, wangedanganywa na kurudi tena ulimwenguni.

Kama mtu yeyote atafundisha nadharia ya aina hii na watu waikubali kanisani, punde si punde kanisa lote litakuwa limechafuliwa na dhambi. Leo, kazi ya aina yoyote inayopotosha neno la Mungu kijanja ili idanganye waamini inaweza kuangaliwa kama inayokamilisha matendo ya Wanikolai.

Hata kama mtu ana cheo cha juu au cheo kanisani na amejaa Roho kiasi cha kusifiwa na watu wengi, mpaka awe amebadilishwa kabisa na kuwa roho anaweza kupokea kazi ya Shetani na kuacha kweli. Kwa hivyo, tunapaswa siku zote tuwe macho ili tusianguke katika mitihani au majaribu.

Lakini lazima tuwe waangalifu kuhusu jambo moja. Kwa

kweli ni sawa kuchukia kile kinachopinga mapenzi ya Mungu. Lakini tunapaswa kuchanganua neno la Mungu vizuri sana ili tusiweze kumtatiza Roho Mtakatifu na kiburi chetu. Ni kwa sababu, tukihukumu na kuhesabia hatia kanisa au mchungaji anayefuatwa na kazi za Roho Mtakatifu, tunajenga ukuta mkubwa wa dhambi dhidi ya Mungu.

Ahadi ya Mungu Inayopewa Wale Wanaoshinda

Baada ya kusikiliza neno, hatupaswi tu kuliweka kama ujuzi. Ili tuweze kushinda, ni lazima tulipande mioyoni mwetu, tuliache lichipue, na tuvune matunda kwa msaada wa Roho Mtakatifu. Hapa, kushinda maanake ni kurejesha upendo wa kwanza na kuishi tena katika kweli.

Tunapompokea Roho Mtakatifu na kusikiliza neno la Mungu, tuliandike mioyoni mwetu na kulitekeleza, tutaushinda ulimwengu uliojaa dhambi. Kwa hivyo, 'wale wanaoshinda' ni wale wanaorejesha upendo wa kwanza. Bwana aliwaahidi hawa watu, "Nitampa kula matunda ya mti wa uzima, ulio katika bustani ya Mungu."

Tunda la mti wa uzima haliko tu katika bustani ya Mungu bali kila mahali katika ufalme wa mbinguni pamoja na Yerusalemu Mpya, na kwa nini Bwana aliahidi kwamba angewaacha wale kutoka kwa mti wa uzima katika bustani ya Mungu? Hapa, 'Kula matunda ya mti wa uzima, ulio katika bustani ya Mungu' kuna maana mbili.

Kwanza, kunamaanisha wangeingia Paradiso, makao ya chini kabisa katika ufalme wa mbinguni. Ufalme wa mbinguni umeweka aina ya makao na kuyatofautisha ambayo yatapewa kila mmoja kulingana na kipimo cha imani cha kila mmoja. Paradiso ni mahali panapopewa mmoja wa wale wahalifu aliyetubu aliyekuwa upande mmoja wa msalaba wa Yesu. Kwa sababu waamini katika Kanisa la Efeso walikuwa wamepoteza upendo wa kwanza, wakati ambapo wangetubu na kugeuka, wangekuwa katika hali ya kupokea wokovu kwa kuponea tu.

Lakini hata ingawa walikuwa wamepoteza upendo wao wa kwanza, wakikumbuka ni wapi walipoangukia, na kutubu, na kuendelea kupiga mbio ya imani kwa bidii, wangeweza pia kupata makao bora zaidi mbinguni. Lakini kama walibaki katika kiwango kile cha kurejesha huo upendo wa kwanza, wangepokea wokovu wa aibu na waingie Paradiso.

Maana ya pili ya Paradiso ni ufalme wa mbinguni wote kwa jumla. Ujumbe huu haukuwa tu wa Kanisa la Efeso peke yake bali wa makanisa yote. Tukirejesha upendo wa kwanza na tuingie katika ufalme wa mbinguni, yeyote kati yetu anaweza kula kutoka kwa mti wa uzima.

Mungu wa Upendo Anatutaka Turejeshe Upendo Wetu wa Kwanza

Yesu Kristo ni yule yule jana, leo na milele, na anawapenda watoto wote wa Mungu na upendo wake usiobadilika. Hata hivyo, wanadamu wakati mwingine huacha upendo huu wa Bwana na kufuata tamaa zao na manufaa yao wenyewe, wakifuata asilia za mwili zinazobadilika. Upendo wao wa kwanza hubadilika.

Lakini Mungu wa upendo haugeuzi uso wake kutoka kwa watu hawa, wala kuwalaumu bora tu watubu na kugeuka ili waurejeshe upendo wa kwanza na matendo yao ya kwanza. Hata hakumbuki mambo ya zamani, bali huwapenda na moyo ule ule. Huu ndio moyo wa Mungu.

Kanisa la Efeso liliweza kupokea sifa kutoka kwa Bwana, lakini pia walilazimika kupokea karipio kali kwamba Bwana angekiondoa kinara cha mataa kutoka mahali pake. Ni kwa sababu walipoteza upendo wao wa kwanza.

Lakini sababu halisi kwa nini Bwana alilikemea Kanisa la Efeso haikuwa kuwaogofya na kuwapeleka katika maangamizi. Bali ilikuwa kuwafanya watubu na wageuke. Ilikuwa kuwafanya washinde kila kitu na waishi na Mungu katika ufalme wa Mungu.

Mapenzi ya Mungu ni kwamba watoto wake waache dhambi na wawe watakatifu, na wakue katika vipimo vyao vya imani katika kweli. Lakini mpaka tutakaswe kabisa siku zote kuna majaribu na mitihani ya kila mara kutoka kwa Shetani. Kwa hivyo, tunapaswa kukumbuka kwamba mtu yeyote anaweza kuanguka katika mitihani na kupoteza upendo wa kwanza kama hatakuwa macho.

Tukiwa na mioyo ya kujiona kwamba tuko juu, "Nimekuwa mwaminifu sana na mwenye bidii kwa Bwana," basi, hatuwezi kuamshwa kutoka kwenye usingizi wa kiroho.

Hata kama tumefanya jambo vizuri, ni lazima tuwe na moyo wa mtumishi asiye na thamani, tukiwaza, "Sisi tu watumwa wasio na faida. Tumefanya tu yaliyotupasa kufanya." Kwa njia hii, wakati Roho Mtakatifu anapotupatia utambuzi na ushauri, tunaweza kutubu, kurejesha upendo wa kwanza, na kuwa na matendo ya kwanza.

Sasa ndio wakati wa kuangalia kama tumepoteza upendo wetu wa kwanza kwa ajili ya Mungu na Bwana au la, ili upendo wetu uwe tu mkuu zaidi na zaidi na tumpendeze Mungu.

SURA YA 2

KANISA LA SMIRNA
- Kushinda Majaribu ya Imani

Kanisa la Smirna lilipitia mateso mengi sana, pamoja na ufiadini wa Polikapu. Kati ya hayo makanisa saba, kanisa hili lilikuwa la kipekee. Hawakusifiwa wala kukemewa, bali walipokea ushauri peke yake. Hata hivyo, walipewa ahadi kwamba wakipitia mateso mengi na wawe waaminifu hadi kufa, basi wangepokea taji ya uzima.

Ni ujumbe unaopewa makanisa na waamini wanaoteseka kwa ajili ya jina la Bwana, na pia kwa kanisa na waamini watakaoenda Korea Kaskazini na uwezo wa Mungu kufanya majukumu yao katika nchi iliyo tasa kwa injili.

Ufunuo 2:8-11

Na kwa malaika wa kanisa lililoko Smirna andika: Haya ndiyo aneneyo yeye aliye wa kwanza na wa mwisho, aliyekuwa amekufa, kisha akawa hai; 'Naijua dhiki yako na umaskini wako, (lakini u tajiri) najua na matukano ya hao wasemao ya kuwa ni Wayahudi, nao sio, bali ni sinagogi la Shetani. Usiogope mambo yatakayokupata. Tazama, huyo Ibilisi atawatupa baadhi yenu gerezani ili mjaribiwe, nanyi mtakuwa na dhiki siku kumi. Uwe mwaminifu hata kufa, nami nitakupa taji ya uzima. Yeye aliye na sikio, na alisikie neno hili ambalo Roho ayaambia makanisa. Yeye ashindaye hatapatikana na madhara ya mauti ya pili."

UJUMBE WA BWANA KWA KANISA LILILOKO SMIRNA

Na kwa malaika wa kanisa lililoko Smirna andika: Haya ndiyo aneneyo yeye aliye wa kwanza na wa mwisho, aliyekuwa amekufa, kisha akawa hai (Ufunuo 2:8).

Smirna ni maarufu kama mahali alipozaliwa mwandishi wa Kiyunani Homeri, aliyeandika mashariri ya utendi ya zamani zaidi, 'Iliad' na 'Odyssey'. Wayahudi wengi walikuwa wamefanya makao kule Smirna kutoka miaka ya awali. Mji huu pia ulikuwa senta ya biashara kama Efeso, na pia ulikuwa senta ya ibada za sanamu uliokuwa na madhabahu nyingi sana za sanamu zao na kwa ajili ya kumwabudu Mfalme.

Wakati huo, watu wa Smirna walimwita Mfalme wa Rumi 'Bwana' na wakafikiri kulikuwa na Mfalme mmoja tu ulimwenguni. Lakini Wakristo waliamini na kukiri kwamba mamkala ya kweli hayakuwa na Mfalme wa Rumi bali na Yesu Kristo. Kwa sababu hii, walilazimika kutoa maisha yao. Serikali ya Smirna ilishirikiana na serikali ya Rumi na wakawatesa Wakristo vikali sana.

Liwali mmoja alimwomba Polikapu, askofu wa Kanisa la Smirna na mwanafunzi wa mtume Yohana, amkane Yesu Kristo na amkiri Mfalme wa Rumi kama 'Mfalme (Bwana)' mara moja tu. Akakataa waziwazi akajibu, "Bwana Yesu hajawahi kunikana maisha yangu yote, ninawezaje kumkana Bwana wangu?"

Kama wengi waliokiri jina la Bwana, mwishowe alichomwa. Moto uliowaka kwa muda na kisha ukapotea haukuweza kuiondoa imani yake.

Wa Kwanza na wa Mwisho, Aliyekuwa Amekufa, Kisha Akawa Hai

Bwana alipokuwa anaandika kwa Kanisa la Smirna, alijitambulisha kama 'Wa kwanza na wa mwisho, aliyekuwa amekufa, kisha akawa hai.'

Katika kitabu cha Ufunuo, tunaweza kupata matamshi kama hayo kama 'Alfa na Omega,' 'Wa kwanza na wa mwisho,' na 'Mwanzo na mwishoss,' lakini maana zao za kiroho ziko tofauti (Ufunuo 22:13).

Kwanza, 'Alfa na Omega' maanake ni kwamba Bwana ndiye mwanzo na mwisho wa usitaarabu wote.

'Alfa' na 'Omega' ni herufi ya kwanza na ya mwisho ya herufi za Kiyunani zilizotumiwa na Yohana katika kuandika kitabu cha Ufunuo. 'A,' herufi ya kwanza ya herufi za kisasa za Kiingereza ilitoka kwa herufi ya kwanza ya herufi za Kiyunani 'alfa.' Hivyo ndivyo ilivyo na herufi ya mwisho 'Z,' 'omega.' Inatumiwa sana katika nchi nyingi za Ulaya leo.

Kupitia matumizi ya herufi za lugha iliyoweza kuandikwa na kusomwa, mwanadamu aliweza kuonyesha mawazo yao na kuwasilisha ujuzi wao na hekima kwa ajili ya kuendeleza ustaarabu.

Mungu ndiye chanzo cha ujuzi na hekima. Kwa hivyo, kimsingi, ustaarabu na utamaduni viliweza kuendelea kwa sababu Mungu aliwapa wanadamu hekima na ujuzi. Kuendelea kwa ustaarabu wa kisasa kutafika mwisho wakati Bwana atakaporudi duniani.

Kwa kutaja herufi ya kwanza na ya mwisho ya herufi, zinazoonyesha ustaarabuKwanza, 'Alfa na Omega' maanake ni kwamba Bwana ndiye mwanzo na mwisho wa usitaarabu wote.

Kusema Bwana ndiye mwanzo na mwisho maanake ni kwamba yeye ndiye mwanzo na mwisho wa usitaarabu wa wanadamu. Chambilecho, "Vyote vilifanyika kwa huyo; wala pasipo yeye hakikufanyika cho chote kilichofanyika" (Yohana

1:3), Mungu aliumba kila kitu na akaanza ustaarabu wa wanadamu hapa duniani kupitia kwa Yesu Kristo, na Mungu pia ataumaliza kupitia kwa Yesu Kristo

Basi ina maana gani Bwana alipojitambulisha kama 'Wa kwanza na wa mwisho, aliyekuwa amekufa, kisha akawa hai'?

'Wa kwanza' maanake ni kwamba yeye ni wa kwanza kufufuka. Warumi 5:12 inasema, "Kwa hiyo, kama kwa mtu mmoja dhambi iliingia ulimwenguni, na kwa dhambi hiyo mauti; na hivyo mauti ikawafikia watu wote kwa sababu wote wamefanya dhambi." Wazao wa Adamu walipangiwa kufa milele kwa sababu ya sheria ya kiroho inayosema 'mshahara wa dhambi ni mauti' (Warumi 6:23).

Yesu ndiye Mwana wa pekee wa Mungu. Alisulubishwa kwa niaba yetu na kutukomboa kutoka kwa dhambi zote. Kwa hivyo mtu yeyote amkubaliye Yesu Kristo kama Mwokozi wake anaweza kusamehewa dhambi zake; anaweza kuokolewa kutoka kwa njia ya kifo; na anaweza kupokea wokovu. Kwa sababu Yesu hakuwa na dhambi kabisa, alifufuka siku ya tatu na akawa matunda ya kwanza ya ufufuo.

'Wa mwisho' ni kuja kwa mara ya pili kwa Bwana hewani. Bwana anapokuja hewani, kazi yote ya wokovu ya wanadamu pia itakwisha. Wakati Bwana atakapokuja mara ya pili hewani, wale waliomwamini Bwana na wakafa, na wale watakaokutana na

Bwana wakiwa hai wote watatoka kama matunda ya ufufuo.

Kwa kweli, kuna 'wokovu wa masazo' wakati wa Miaka Saba ya Dhiki Kuu. Lakini kwa sehemu kubwa, kazi za wokovu zitaisha wakati Bwana atakapokuja mara ya pili hewani. Wakati huu, kipindi cha Roho Mtakatifu pia kitafika mwisho. Kwa hivyo, 'wa mwisho' ni Kiroho, inarejelea wakati wa kuja kwa Bwana kwa mara ya pili hewani - wakati atakaovuna matunda ya ufufuo.

Bwana Yesu, ambaye ndiye wa kwanza na wa mwisho, pia alisema '[MIMI] ndimi aliyekuwa amekufa, kisha akawa hai.' Huu ni ule ufufuo baada ya kusulubiwa. Hakika Yesu alikufa na kisha akafufuka, na hii ni sehemu muhimu katika maisha yetu ya Kikristo.

Kama Warumi 10:9 inavyosema, "Kwa sababu, ukimkiri Yesu kwa kinywa chako ya kuwa ni Bwana, na kuamini moyoni mwako ya kuwa Mungu alimfufua katika wafu, utaokoka," ni wakati tunapoamini peke yake katika ufufuo wa Bwana Yesu ndipo tunaweza kupokea wokovu.

Wanafunzi na Washiriki wa Kanisa la Kwanza Walishuhudia Kufufuka kwa Bwana

Leo, kuna watu wengi wanaoenda kanisani bila kuwa ha hakikisho la kufufuka kwa Bwana. Kwa sababu hawana sadikisho kuhusu ufufuo, pia hawana imani ya kuishi kwa kufuata neno la

Mungu.

Yesu alionyesha kuwa yeye ni Mwana wa Mungu kwa kufanya ishara nyingi na maajabu katika miaka mitatu alipokuwa na wanafunzi wake. Pia aliwatabiria kwamba angekufa msalabani na kufufuka siku ya tatu, na kuvunjavunja mamlaka ya mauti. Lakini Yesu alipoL̦shikwa na kuhukumiwa kusulubiwa, wanafunzi wote walikimbia kwa sababu ya woga.

Hata Petro, aliyekuwa ameapa kwamba ni heri angekufa badala ya kumkana Bwana, alimkana mara tatu. Ilikuwa kwa sababu wakati ule, alikuwa hajampokea Roho Mtakatifu bado, na hangeweza kuamini kabisa moyoni mwake kwamba Yesu angefufuka.

Lakini kulikuwa na mabadiliko makuu yaliyofanyika juu yao. Wanafunzi waliokuwa wamekimbia kwa sababu ya woga walimshuhudia Yesu Kristo hata walipokabiliwa na kifo. Wengine walikuwa mawindo ya simba, wengine walikatwa vichwa, na bado wengine walikatwa mara mbili kwa msumeno. Mwanafunzi mmoja alitaka kwamba asulubiwe kichwa chini.

Sababu iliyowafanya wamshuhudie Bwana hadi mwisho kabisa, hata katika uchungu mwingi wa kufia dini, ilikuwa kwa sababu wao wenyewe walikuwa wamekutana na Bwana aliyefufuka. Kwa sababu walimshuhudia Bwana aliyefufuka moja kwa moja, walikuwa na hakikisho la ufufuo. Walijazwa tumaini la ufalme wa mbinguni na hofu ya kifo haikuwa kitu kwao, na wangeweza kutoa maisha yao kwa ajili ya Bwana.

Si wanafunzi wake tu peke yao, bali hata washiriki wengi wa kanisa la kwanza walioshuhudia ufufuo na kupaa kwa Bwana. Pia walikuwa na hakikisho la ufufuo na tumaini. Kwa sababu waliyatoa maisha yao, Ukristo uliweza kuenea haraka sana hata katika mateso makali ya Ufalme wa Kirumi, na hatimaye Ufalme wa Kirumi wenyewe ukawa serikali ya Kikristo.

Katika mateso makali kama hayo, kama wangekuwa hawajashuhudia na kuamini ufufuo wa Bwana, wangewezaje kuhifadhi imani yao hadi mwisho? Waliweza kuhubiri injili kwa ujasiri kwa sababu walishuhudia ufufuo wa Bwana. Hawakuhubiri kuhusu ufufuo wa Bwana kwa maneno tu.

Marko 16:20 inasema, "Nao wale wakatoka, wakahubiri kotekote, Bwana akitenda kazi pamoja nao, na kulithibitisha lile neno kwa ishara zilizofuatana nalo." Kwa sababu ishara na maajabu yaliyokuwa hayawezekani kwa uwezo wa mwanadamu yalifanyika, watu waliweza kukubali maneno yao.

Historia ya Ulimwengu Inashuhudia Ufufuo wa Bwana

Historia inashuhudia kwamba Yesu alikuwako. Historia ya ulimwengu inagawanywa kwa KK (Kabla ya Kristo) na BK (Anno Domini, katika mwaka wa Bwana Wetu).

Kwa kuangalia tu ukweli kwamba mtiririko wa historia ya wanadamu unagawanywa katika wakati wa kabla na baada ya kuzaliwa kwa Yesu, ni ukweli ulio wazi kwamba Yesu alikuja katika hii dunia. Zaidi ya hayo, pamoja na kuzaliwa kwa Yesu, historia ya Israeli inathibitisha kusulubiwa na kufufuka kwa Yesu.

Wakati wa kuzaliwa kwa Yesu Israeli ilikuwa chini ya utawala wa Warumi, na kunakiliwa kwa historia ya kuzaliwa kwa Yesu na kufufuka kwake pia vilinakiliwa.

Liwali Pilato, aliyemhukumu Yesu kusulubiwa, alinakili mambo kuhusu hicho kisa kwa utondoti na akatuma hiyo ripoti kwa Mfalme wa Rumi. Ripoti hii inahifadhiwa katika Aya Sophia kule Istanbul, Uturuki. Tukiwa na ukweli mwingi kama huu, tunaweza kuamini kwamba kufufuka kwa Yesu kulikuwa kweli na tunaweza kuwa na tumaini la hakika la ufufuo.

Ujumbe uliopelekewa Kanisa la Smirna pia unapewa makanisa na waamini walio katika hali hiyo hiyo kama ile ya Kanisa la Smirna.

Visa vya Leo Vinavyoanguka Chini ya Maneno Yaliyopewa Kanisa la Smirna

Ujumbe kwa Kanisa la Smirna ni wa wale wanaoenda katika nchi ambazo kuhubiri injili kumekatazwa, hasa wale watakaoenda Korea Kaskazini na kutenda kazi za uwezo wa Mungu. Tayari ni zaidi ya miaka hamsini tangu vita vya Korea vilipoanza, lakini kuna Wakorea wengi wa Korea Kusini na Korea Kaskazini ambao bado wana wazazi, ndugu na jamaa zao upande mmoja wa Korea.

Mtume Paulo alikuwa na ari ya kuwaokoa watu wake kama alivyokiri katika Warumi 9:3, "Kwa maana ningeweza kuomba mimi mwenyewe niharimishwe na kutengwa na Kristo kwa ajili ya ndugu zangu, jamaa zangu kwa jinsi ya mwili."
Ni kwa sababu alijua moyo wa ari wa Mungu kwa watu wake wateule, na pia kwa sababu Paulo alikuwa na upendo wake uliowaka na ari kwa ajili ya watu wake.

Vivyo hivyo, njia kwa ajili ya misheni ya Korea Kaskazini itakapofunguka, Wakorea wa Kusini watakuwa na moto wa kipekee kwa ajili ya Korea Kaskazini. Wamishenari na watumishi wengi wataingia Korea Kaskazini kuhubiri injili. Kwa kweli wanapoenda huko, wanaweza kukabiliwa na hali ngumu zaidi ya kiuchumi au hali nyingine kuliko walivyodhani awali. Si mateso tu peke yake, bali pia watalazimika kukabiliana na ufia dini.
Muda unapopita, mateso yatazidi kuwa makali zaidi. Wamishenari watalazimika kuwa na wasiwasi kuhusu kubaki huko au kurudi Korea Kusini. Lakini katika aina yoyote ya hali, wakiwa na utajiri wa moyo wao, hali hizo hazitawajalisha kamwe.

Hapa, 'kuwa na utajiri wa moyo' maanake ni kwamba wajaa tumaini la ufalme wa mbinguni. Wamejaa imani na Roho na wanatamani zawadi watakazopewa katika ufalme wa mbinguni. Kama inavyosemwa katika 2 Wakorintho 6:10, "kama wenye huzuni, bali siku zote tu wenye furaha; kama maskini, bali tukitajirisha wengi; kama wasio na kitu, bali tu wenye vitu vyote."

Wanapokuwa na utajiri wa moyo unaotolewa na Mungu, wanaweza kutimiza mapenzi ya Mungu na upaji wake kikamilifu.

Mateso katika Nchi Tasa kwa Injili

Lakini hata kati ya wamisheni kule Korea Kaskazini, kutakuwa na watu watakaotatiza kazi za Mungu. Badala ya kufanya kazi pamoja kuhubiri injili, watavuruga kazi za Mungu.

Makuhani wakuu, makuhani, na wandishi wakati wa Yesu walikuwa na wivu na Yesu kwa sababu alifanya ishara kuu na maajabu na akahubiri injili ya ufalme wa mbinguni. Walimhukumu katika mfumo wa ujuzi wao wa sheria na mwishowe wakamwua.

Vivyo hivyo pia kutakuwa na watu kama hawa kule Korea Kaskazini. Baadhi ya wamisheni watakapofanya ishara nyingi na maajabu mengi huku wakihubiri neno la uzima. Kutakuwa na wamisheni wengine watakaowavuruga na kuwaletea mambo mengi magumu. Hata hivyo, wakishinda matatizo hayo na wema, imani, na upendo, jinsi matatizo yatakavyokuwa makubwa, ndivyo kazi za uwezo wa Mungu zitakavyokuwa kubwa.

Mungu ametwambia kwamba kutakuwa na kazi za kutatiza kutoka kwa wamisheni wengine, lakini pia kutakuwa na mateso katika kiwango cha kitaifa yatakayoleta matatizo makuu zaidi. Wakati utakapofika, Korea Kaskazini italazimika kufungua milango yake. Wakati huo, watu wengi wataingia Korea Kaskazini na maono ya kufanya uinjilisti.

Lakini punde tu, Korea Kaskazini itafunga milango yake tena ili wahifadhi mfumo wao wa serikali. Wataamini kwamba moja wapo ya mambo makuu yanayotishia mfumo wao ni uwezo wa Mungu.

Wamisheni wengine hawatahubiri tu injili, bali watafanya kazi Mungu za miujiza na uwezo ambazo haziwezi kufanywa na uwezo wa kibinadamu. Kwa hivyo, serikali itawaangalia kwa makini. Lakini baadaye, kazi za uwezo zitafanyika kwa ukuu mwingi hata waone kwamba ni lazima wawatese watumishi wa Mungu ili wawakomeshe.

Hatimaye, watalifunga kanisa ambako uwezo wa Mungu utakuwa unadhihirishwa. Watawatia wamisheni na watumishi wa kanisa gerezani na watunge sababu za kuwaua. Wakiwaua hawa wamisheni na watumishi wa Mungu kwa sababu za kidini tu, watasababisha usikivu mwingi dhidi yao kutoka kwa ulimwengu na watakabiliwa na upinzani mkali. Kwa hivyo, watumishi wa Mungu watalazimika kuteseka magerezani mwao mpaka Korea Kaskazini ibuni sababu nzuri.

Ufunuo 2:10 inasema, "DUsiogope mambo yatakayokupata. Tazama, huyo Ibilisi atawatupa baadhi yenu gerezani ili mjaribiwe, nanyi mtakuwa na dhiki siku kumi. Uwe mwaminifu hata kufa, nami nitakupa taji ya uzima."

Haimaanishi kwamba watateseka gerezani kwa siku kumi hasa. Inamaanisha tu kwamba kipindi cha wakati kwa ajili ya serikali ya Korea Kaskazini kubuni sababu za kuwaua kinatajwa kama 'siku kumi.'

Zawadi na Heshima ya Wafiadini

Wenyeji wa Korea Kaskazini watawaona hawa wafiadini, na wengi wao pia watahubiri injili na roho ya ufiadini.

Ni muhimu kutuma watu Korea Kaskazini kuhubiri injili. Lakini, itakuwa na uwezo zaidi kama Wakorea wa Kaskazini wenyewe watakua katika imani na wahubiri injili na roho ya ufiadini. Ufiadini wa watu wengi kama hao utawasha moto wa kuhubiri injili kati ya wenyeji.

Si wamisheni wote wa Korea Kaskazini watakuwa wafiadini. Ni wachache wao tu watakaoifia dini. Utakuwa uamuzi wao kuwa wafiadini lakini wanaweza kuchagua kujiepusha na ufiadini.

Si rahisi kuwa mfiadini kwa ajili ya jina la Bwana. Lakini mtu akishinda mateso na majaribu na furaha na shukrani kama tu vile mtume Paulo, basi utukufu wake, zawadi na sifa zitakuwa kubwa katika ufalme wa mbinguni. Zawadi za ufiadini wenyewe zitakuwa kubwa, na pia atapokea zawadi kwa ajili ya roho nyingi zitakazookolewa kupitia kwa ufiadini wake.

Kwa hivyo, mtu anapokumbuka jinsi kuwa mwaminifu hadi kifo kulivyo na utukufu katika nchi tasa kwa injili, atatazama tu utukufu peke yake na zawadi za ufalme wa mbinguni na ashinde aina zote za majaribu na mateso.

Ushauri wa Bwana kwa Kanisa la Smirna

Naijua dhiki yako na umaskini wako, (lakini u tajiri) najua na matukano ya hao wasemao ya kuwa ni Wayahudi, nao sio, bali ni sinagogi la Shetani. 'Usiogope mambo yatakayokupata. Tazama, huyo Ibilisi atawatupa baadhi yenu gerezani ili mjaribiwe, nanyi mtakuwa na dhiki siku kumi. Uwe mwaminifu hata kufa, nami nitakupa taji ya uzima (Ufunuo 2:9-10).

Kati ya hayo makanisa saba, ni Kanisa la Smirna peke yake lililopokea ushauri peke yake, bila sifa zozote au kukemewa. Lakini ujumbe uliopewa Kanisa lililoko Smirna una mambo muhimu sana. Unatwambia kuhusu ni kwa nini tunakabiliwa na mitihani na majaribu, sinagogi la Shetani ni nini, na ni mtu aina gani atakayepokea taji ya uzima.

Kanisa la Smirna Lilikumbwa na Majaribu na Umaskini

Bwana alijua majaribu na umaskini ambao Kanisa la Smirna lilikuwa linapitia, na akasema, "Lakini u tajiri." Mtu anawezakuwa alikuwa anaishi katika umaskini kabla kumkubali Bwana. Lakini baada ya kumkubali Bwana, anapoendelea na maisha yake ya Kikristo, Mungu humlinda, na sasa anaweza kuishi maisha ya utajiri.

Basi, ni kwa nini Kanisa la Smirna lilikumbwa na majaribu na umaskini, ingawa walimwamini Bwana? Majaribu ambayo waamini hupitia yanaweza kuonekana sawa na majaribu wanayopitia watu wasioamini, lakini kwa kweli yako tofauti sana. Kupitia kwa mateso tunayopitia katika Bwana, tunapoyashinda na imani, roho zetu zinakuwa na ufanisi. Tutapokea baraka za Mungu, na pia itahifadhiwa kama zawadi ya mbinguni.

Na kuhusu kisa cha Kanisa la Smirna, kuna aina mbili kuu za majaribu kwa waamini. Aina moja huja kwa sababu tumemwamini Bwana, na aina nyingine huja kwa sababu hatuishi kwa kufuata neno la Mungu.

Lakini watu wengine hufikiri kwamba wanateseka kwa ajili ya jina la Bwana, ingawa kwa kweli wanateseka kwa sababu wao wenyewe hawaishi kwa kufuata neno la Mungu. Pia, watu wengine hujiletea mateso wenyewe kwa sababu hawatendi mambo kwa busara. Lakini wanafikiri wanateswa kwa ajili ya Bwana. Kisha hawajaribu kutatua hilo tatizo.

Majaribu kwa Sabau ya Imani katika Yesu Kristo

Majaribu yanayopokewa katika jina la Bwana ni mateso kwa ajili ya uadilifu. Kwa hakika Mungu atawalipa mateso hayo kwa kuwapa baraka. Kwa mfano, kunaweza kuwa na mateso kutoka kwa jamaa zao wasioamini au watu wengine walio karibu nasi. Pia, tunaweza kukabiliwa na mateso shuleni au mahali pa kazi kutoka kwa wenzetu wasioamini.

Kwa mfano, wikendi tulikuwa tukienda pikiniki au matembezi pamoja na watu wa jamaa zetu. Lakini, tunapoanza kwenda kanisani, huenda kanisani wakati wote kila Jumapili. Matokeo yake ni kwamba, watu wa jamaa zetu wanaweza kukwazwa au kuudhika na kututesa. Katika hali ya aina hii tukiwaonyesha upendo wetu zaidi na kuwatumikia, hatimaye Mungu ataigusa mioyo yao na waikubali injili. Kisha, mateso yatapotea yenyewe.

Kwa upande mwingine, kama tutaendelea kupata mateso kama hayo bado baada ya kuishi kama Mkristo kwa miaka mingi, basi tunapaswa kuangalia kama hayo mateso tunayasababisha sisi kwa kukosa hekima.

Tunaweza kuwa tumejaa Roho, lakini wakati mwingine

tunaweza kushindwa kujidhibiti na tuseme bila hekima au tufanye jambo ambalo si la hekima sana, ambalo husababisha hatua pinzani kutoka kwa watu wa jamaa zetu. Tukiwa na hekima kidogo tu, tunaweza kujiepusha na mateso kutoka kwa watu wa jamaa zetu.

Hata aina hii ya mateso inapopotea, kunaweza kuwa na aina nyingine ya mateso ambayo watu wa Mungu huyapata. Musa, Eliya, Yeremia, Isaya, na manabii wengine, na mtume Paulo, Petro, na Yohana walimpenda Mungu sana na wakapendwa sana na yeye. Lakini wote waliteswa kwa ajili ya Bwana, ufalme wa Mungu, na kwa ajili ya roho nyingine. Waliyavumilia yote kwa kupenda.

Mathayo 5:11-12 inasema, "Heri ninyi watakapowashutumu na kuwaudhi na kuwanenea kila neno baya kwa uongo, kwa ajili yangu. Furahini, na kushangilia; kwa kuwa thawabu yenu ni kubwa mbinguni; kwa maana ndivyo walivyowaudhi manabii waliokuwa kabla yenu." Kama ilivyosemwa, kwa sababu waliangalia zawadi za mbinguni, hawakuhisi ugumu wowote na hawakuona haya, soni wala aibu. Badala yake walifurahi.

Mateso Yanayosababishwa na Mashtaka ya Shetani kwa Kutoishi Kufuatana na Neno

Kisha tunaweza kupatwa na mateso kwa sababu hatuishi katika kweli na katika neno la Mungu. Kwa hili Shetani hutushitaki.

Tunapomkubali Yesu Kristo kama Mwokozi wetu na kuwa watoto wa Mungu, tunakuwa raia wa ufalme wa mbinguni (Wafilipi 3:20). Kuanzia wakati huo, ni lazima tutii sheria ya ufalme wa mbinguni kama raia wake. Hapo tu peke yake ndipo tutakapolindwa na kupokea baraka nyingi.

Kinyume na hilo, tukivunja sheria ya Mungu, basi, adui ibilisi atatushitaki. Kutoka kwa msimamo wa ibilisi, awali tulikuwa watoto wake. Lakini kwa kuwa tulimkubali Bwana na tumekuwa watoto wa Mungu, hujaribu awezavyo kuturudisha upande wake. Hiyo ndiyo sababu kila wakati anapopata jambo, hujaribu kutushitaki na kutuingiza katika mitihani na majaribu.

Kati ya wale wanaoteseka kwa sababu hii, watu wengine huelewa vibaya kwamba Mungu anawapatia wakati mgumu.

Lakini Yakobo 1:13 inasema, "Mtu ajaribiwapo, asiseme, 'Ninajaribiwa na Mungu'; maana Mungu hawezi kujaribiwa na maovu, wala yeye mwenyewe hamjaribu mtu." Kama ilivyosemwa, Mungu hatupatii mitihani au mambo magumu yoyote.

Sababu ya kuwa bado tunateseka kutoka kwa mitihani na majaribu ni kwamba tunajaribiwa na tamaa zetu wenyewe (Yakobo 1:14), tunavunja sheria za Mungu, na kufanya dhambi. Katika ulimwengu huu pia, tukivunja sheria, tutaadhibiwa.

Vivyo hivyo, tunapovunja sheria za Mungu, tutapokea malipo kulingana na makosa yetu.

Kwa kuwa Mungu ni mwenye haki, hawezi kutulinda na mashtaka ya Shetani wakati tunapofanya dhambi hata ingawa sisi ni watoto wake. Zaidi ya hayo yote, ni adui ibilisi anayetuletea mitihani na majaribu, lakini pia ni upendo wa Mungu unayaruhusu haya mashtaka yafanyike.

Yakobo 1:15 inasema, "Halafu ile tamaa ikiisha kuchukua mimba huzaa dhambi, na ile dhambi ikiisha kukomaa huzaa mauti." Warumi 6:23 inasema, "Kwa maana mshahara wa dhambi ni mauti; bali karama ya Mungu ni uzima wa milele katika Kristo Yesu Bwana wetu." Kwa hivyo, Mungu akiwaacha watoto wake wafanye wanavyotaka wakati wanaposhika njia ya kifo, ni jambo gani litakalofanyika kwao?

Mungu anataka watoto wake walioshika njia kifo wageuke, hata kwa kupitia adhabu, kama hiyo ndiyo njia nzuri zaidi. Mungu huruhusu mitihani na majaribu yawaangukie watoto wake kupitia mashtaka ya Shetani.

Kuhusu huu upendo wa Mungu, Waebrania 12:5-6 inasema, "Tena mmeyasahau yale maonyo, yasemayo nanyi kama kusema na wana, 'Mwanangu, usiyadharau marudia ya Bwana, Wala usizimie moyo ukikemewa naye; Maana yeye ambaye Bwana ampenda, humrudi, Naye humpiga kila mwana amkubaliye.'"

Kwa hivyo, tukiwa tunapitia mateso yoyote, tunapaswa kwanza tuangalie tujue sababu ni nini. Kama yamesababishwa na makosa yetu wenyewe, ni lazima tutubu haraka na tugeuke ili tuweze kurudi katika baraka za Bwana tena.

Sababu za Umaskini

Kanisa la Smirna halikupata majaribu tu peke yake, bali pia lilipata Umaskini. Tunapomwamini Mungu na kuja kwa Bwana, tunaweza kupokea baraka za afya na mali roho zetu zipokuwa zikifanikiwa. Lakini wakati mwingine, waamini wanaweza kupatwa na umaskini kama ilivyo katika kisa cha Kanisa la Smirna.

Hata ingawa tunaweza kufanya kazi kwa bidii kuliko tulipokuwa hatujamwamini Bwana, bado tunaweza kukabiliwa na mateso katika mahali pa kazi, au kudhulumiwa. Kwa sababu hatuwezi kushika Siku ya Bwana na kuifanya iwe takatifu tunafanya kazi na kampuni yetu ya sasa, tunaweza kulazimika kuacha kazi au twende mahali pengine pa kazi.

Kwa sababu ya jambo kama hili, tunaweza kuwa na ugumu wa kifedha. Lakini kwa kuwa unasababishwa na imani katika Bwana, hautadumu kwa muda mrefu. Hata ingawa huyo mtu mwingine anaendelea kututesa, tukimchukulia kwa wema wakati wote, pia yeye atanyenyekea. Mwisho, Bwana atatulipa na baraka nyingi za kufurika.

Badala ya hili, kuna umaskini ambao mtu huwa nao kwa kupenda mwenyewe. Tuseme tunaweza kufurahia mambo mengi. Lakini kwa sababu tunampenda Mungu, hatutumii kwa ajili yetu wenyewe lakini kwa ajili ya ufalme wa Mungu pekee. Tunajitia wenyewe katika hali ya umaskini wa kujitakia wenyewe kwa kupenda na shukrani.

Mungu anawezaje kumruhusu mtu wa aina hii abaki katika hali kama hiyo? Mungu atatulipa na zawadi nyingi sana kule mbinguni. Pia hata katika dunia hii, atazifanya roho zetu zifanikiwe na kutupatia afya. Kwa hivyo kwa kweli sisi ni matajiri.

"Lakini U Tajiri"

2 Wakorintho 8:9 inasema, "Maana mmejua neema ya Bwana wetu Yesu Kristo, jinsi alivyokuwa maskini kwa ajili yenu, ingawa alikuwa tajiri, ili kwamba ninyi mpate kuwa matajiri kwa umaskini wake." Yesu ni Mwana wa Mungu na mali zote ni zake. Lakini, alizaliwa kwenye zizi na akalazwa kwenye kihori.

Alipokuwa akiishi hapa duniani, wakati mwingine alihisi njaa, na wakati mwingine, alikuwa hana mahali pa kulala na alilala nyikani. Alifanya hivyo ili atuokoe kutoka kwa umaskini. Kwa hivyo, sisi tunaomwamini Bwana hatupaswi kuwa maskini, lakini tunapaswa kumtukuza Mungu katika utajiri tulio nao.

Lakini sio kwamba watoto wote wa Mungu watakuwa matajiri bila masharti. Kama ilivyoandikwa katika Kumbukumbu la Torati sura ya 28, ni lazima tusikie neno lake na kushika amri zake zote ili tuwe matajiri.

Itakuwa utakaposikia sauti ya BWANA, Mungu wako, kwa bidii, kutunza kuyafanya maagizo yake yote nikuagizayo leo, ndipo BWANA, Mungu wako, atakapokutukuza juu ya mataifa yote ya duniani. Na baraka hizi zote zitakujilia na kukupata usikiapo sauti ya BWANA, Mungu wako. Utabarikiwa mjini, utabarikiwa na mashambani. Utabarikiwa uzao wa tumbo lako, na uzao wa nchi yako, na uzao wa wanyama wako wa mifugo, maongeo ya ng'ombe wako, na wadogo wa kondoo zako. Litabarikiwa kapu lako, na chombo chako cha kukandia unga. Utabarikiwa uingiapo, utabarikiwa na utokapo" (Kumbukumbu la Torati 28:1-6).

Tukiisha kwa kufuata neno la Mungu kweli na kufanya mambo katika nuru, hatuwezi kukabiliwa na majaribu na mitihani. Hata kama tutakabiliwa, yataondoka haraka sana.

Juu ya yote, ufalme wa milele wa mbinguni uko tayari kwa ajili ya watoto wa Mungu waliookoka. Pia, roho zao zinapofanikiwa, kila kitu huwaendea vizuri hata hapa duniani. Kwa hivyo, sisi ni matajiri kuliko mtu yeyote yule.

Hao Wasemao ya kuwa ni Wayahudi, Nao Sio

Kihistoria, Wayahudi wengi walikuwa wamefanya makao kule Smirna. Walishirikiana na serikali ya Kirumi na kuwaua Wakristo wengi.

Kiasili, Wayahudi ndio wateule wa Mungu. Lakini wakati wa Yesu, Wayahudi ndio watu ambao hawakumtambua Yesu kama Mwana wa Mungu na wakamtesa.

Makuhani wakuu, makuhani, na wandishi ambao walikuwa viongozi kati ya Wayahudi walikuwa na wivu na Yesu kwa sababu alifanya kazi za uwezo wa Mungu na kuhubiri injili ya ufalme wa mbinguni. Walimhukumu na kumhesabia hatia Yesu katika mfumo wa ujuzi wao wa sheria. Hatimaye wakamsulubisha.

Hata leo, kati ya waamini katika Bwana, kuna watu wanatatiza kazi za Mungu. Ingawa wanaenda kanisani, mambo fulani yasiposhikana na maoni na imani zao, wao huhukumu na kuhesabia hatia. Huwa na wivu na kuwachukia wengine.

Kama ilivyosemwa, "hao wasemao ya kuwa ni Wayahudi, nao sio, bali ni sinagogi la Shetan," Bwana anasema kwamba hawa watu si Wayahudi. Maanake ni kwamba hawawezi kuitwa watoto wa Mungu.

Tunapata kwamba kwa nje, wanaweza kuonekana kuwa wana imani na ni wazuri. Lakini kama Mungu hatambui imani yao na aina ya wema, haina maana yoyote. Hata wakiendelea kusema kwamba wao ni watoto wa Mungu, kama maneno na matendo yao si yale ya watoto wa Mungu, hao ni wale wasemao kwamba ni Wayahudi na sio. Kila kitu kitafunuliwa siku ya Hukumu ya Mwisho.

Kwanza, hatuna haja ya kungojea mpaka Hukumu ya Mwisho. Tunaweza kuchanganua kwa kuona matunda katika maisha yao. Kama wao ni watu wa Mungu, ni lazima wazae matunda ya Roho Mtakatifu. Wanapaswa kupenda kweli, kupendana, wawe na amani na kila mtu, na kuzaa matunda ya maneno mazuri na matendo mazuri.

Kama tunda ni husuda, wivu, kuhukumu, kuhesabia hatia, chuki, na ugomvi, basi kwa hakika hii ni kazi ya Shetani. Kunapokuwa na watu wawili au zaidi wanaopokea aina hii ya kazi kutoka kwa Shetani, basi, inaitwa 'sinagogi ya Shetani.'

Masinagogi ya Shetani Hutatiza Ufalme wa Mungu

Leo, kwa sababu ya masinagogi ya Shetani, makanisa mengi yanapata matatizo.

Waefeso 1:23 inasema kwamba kanisa ni mwili wa Kristo. Kanisa, alilolinunua na damu yake, ni mwili wa Bwana. 1 Wakorintho 12:27 inasema, "Basi ninyi mmekuwa mwili wa Kristo, na viungo kila kimoja peke yake." Kama ilivyosemwa, viongozi wote na washiriki wa kanisa ni viungo vya mwili wa Bwana.

Kama kila kiungo cha mwili kitakuwa na wivu na kugombana na kila mmoja, ni jambo gani litakalofanyika? Vivyo hivyo, makanisa yanapaswa yaungane kama kitu kimoja na upendo. Kama kuna ugomvi kati ya viungo vya mwili, Roho Mtakatifu hawezi kufanya kazi. Upendo kanisani utapoa. Moto wa maombi utazimwa. Mwishowe, uvuvio utakoma. Moja wapo ya sababu kuu ya jambo hili ni sinagogi la Shetani.

Na jambo la muhimu ni kwamba masinagogi ya Shetani yako karibu nasi zaidi tunavyofikiria. Kisa kifani ni wakati tunaposikia mambo yasiyokuwa kweli na maneno ya masengenyo yakisemwa na bila kufikiria vizuri kuhusu hilo jambo, tunakubaliana na huyo mtu.

Hatukukubaliana na akili mbovu lakini tumetoa kipimo fulani cha ruhusa. Huku ni kuchangia tetesi za uongo na kuziruhusu zienee.

Hatutaweza kujua kwamba tuna akili mbovu mpaka tuache kila aina ya uovu. Kwa hivyo, kulingana na aina ya mtu tutakayekutana naye, na kulingana na aina ya hali tutakayoingizwa, uovu ulio ndani yetu unaweza kujitokeza wakati wowote.

Watu wengine wana tabia ya kunena malalamishi yao na

chuki zao. Hata wakati wa kulazimika kuunganisha mioyo yao, hutoa maneno ya upinzani wakati wote kwa sababu tu hawapendi maoni ya wengine kabisa. Lakini wao wenyewe hawatambui wanafanya nini.

Hawa watu hutafuta kimya kimya wale wanaokubaliana na dhana zao. Tukisema na watu hawa na kukubaliana nao bila kufikiria, tunaweza kuwa sehemu ya sinagogi la Shetani bila kujua. Tusikubaliane na maneno yoyote yasiyokuwa kweli, lakini badala yake ni lazima tuwafufue na neno la kweli.

Nuru inapoingia giza huondoka. Tukiona mambo mazuri peke yake, tukisikia mambo mazuri, tukisema mambo mazuri, na kufikiria mambo mazuri, sinagogi ya Shetani haiwezi kukaa kanisani. Watalazimika kuondoka wenyewe.

Kanisa la Smirna Litateseka

Bwana aliliambia Kanisa la Smirna kwamba wangeteseka, lakini wasiwe na wasiwasi. Alisema, "Tazama, huyo Ibilisi atawatupa baadhi yenu gerezani ili mjaribiwe, nanyi mtakuwa na dhiki siku kumi" (kif. 10).

Kutakuwa na aina nyingi ya majaribu na mitihani, au mateso mpaka tutakapotakaswa, lakini tusiogope. Haya yote ni mambo ya kutuletea utajiri wa kiroho na utajiri wa vitu. Ndiyo njia ya kutufikisha katika uzima wa milele.

Tusiogope mateso na majaribu tunayopokea kwa ajili ya jina la Bwana. Tunapaswa tufurahie. Hata kama mitihani inasababishwa na sisi kutoishi kufuatana na kweli, bado tunapaswa tufurahi na kushukuru.

Yakobo 1:2-4 inasema, "Ndugu zangu, hesabuni ya kuwa ni furaha tupu, mkiangukia katika majaribu mbalimbali, mkifahamu ya kuwa kujaribiwa kwa imani yenu huleta saburi. Saburi na iwe na kazi kamilifu, mpate kuwa wakamilifu na watimilifu bila kupungukiwa na neno." Kama ilivyosemwa, kupitia kwa mitihani, tutakamilishwa na kuwa na kila kitu.

Bwana alisema kwamba baadhi ya waamini wa Kanisa la Smirna wangeteseka gerezani, na hii ilikuwa kazi ya ibilisi.

Waamini wengi kwa kweli hawatofautishi kati ya Shetani na ibilisi kwa usahihi. Lakini Biblia inatofautisha waziwazi kati ya Shetani na ibilisi.

Kazi za Shetani na Ibilisi

Kusema tu kirahisi, Shetani ni moyo wa Lusifa, mkubwa wa pepo wachafu wote. Ibilisi ni roho iliyo chini ya Shetani, na kila mmoja wao ana kazi tofauti.

Shetani anafanya kazi kupitia kwa mawazo ya wanadamu ili awafanye wawe na mawazo maovu. Shetani huchochea moyo wa mambo yasiyokuwa kweli. Mtu anapokuwa anapokea kazi za Shetani kupitia kwa mawazo yake, ibilisi ndiye anayemwendesha mtu kuyatekeleza hayo mawazo mabaya.

Yaani, kazi ya Shetani katika mawazo inapodhihirishwa kama kitendo, tunaiita 'kazi ya ibilisi.'

Kwa mfano, tuseme mtu anatusengenya na kutukosoa. Basi, Shetani hutuletea mawazo ya hisia mbaya na chuki. Anatupatia mawazo kama, 'Siwezi kuvumilia. Nitazidi kumkosoa au kumpiga!'

Kama ni wazo ovu peke yake, ni kazi ya Shetani, lakini kama wazo hili litatekelezwa kwa kulaani na kumpiga mtu, hiyo ni kazi ya ibilisi.

Luka 22:3 inasema, "Shetani akamwingia Yuda, aitwaye Iskariote, naye ni mmoja wa wale Thenashara." Inamaanisha kwamba Shetani alishika mawazo yake. Inamaanisha kwamba wazo, 'Nitamuuza Yesu kwa pesa' lilimwingia Yuda Iskariote.

Yohana 13:2 inasema, "Hata wakati wa chakula cha jioni; naye Ibilisi amekwisha kumtia Yuda, mwana wa Simoni Iskariote, moyo wa kumsaliti [Yesu]."

Hii haimaanishi kwamba ibilisi alifanya kazi kupitia kwa mawazo, bali inamaanisha kwamba ibilisi alikuwa tayari ameushika moyo wa Yuda kabisa. Kwa sababu ibilisi aliushika moyo wake, Yuda hatimaye alifanya kile kitendo kiovu cha kumuuza Yesu.

Kwa kweli, Shetani hawezi tu kutia mawazo maovu ndani ya wanadamu kama anavyotaka. Katika kisa cha Yuda, alimpatia

Shetani wazo lake kimsingi kwa sababu moyo wake ulikuwa mwovu, na hatimaye akafanya kazi mbovu ya kumuuza Bwana wake.

1 Yohana 3:8 inasema, "Atendaye dhambi ni wa Ibilisi." Hapa, kutenda dhambi maanake ni kuionyesha kama tendo. Kwa sababu Yesu alilijua hili, alisema, "Yesu akawajibu, Je! Mimi sikuwachagua ninyi thenashara, na mmoja wenu ni shetani?" (Yohana 6:70) Yesu alisema kwamba Yuda Iskariote, ambaye angemsaliti na kumuuza Yesu, alikuwa ibilisi.

Vivyo hivyo, ni kazi ya ibilisi kutufanya tufanye dhambi, na wale watendao dhambi watakuwa watoto wa ibilisi.

Kwa hivyo, "Tazama, huyo Ibilisi atawatupa baadhi yenu gerezani ili mjaribiwe" maanake ni kwamba ibilisi atashika mioyo ya watu waovu ili waonyeshe matendo maovu. 'Gerezani' ni mahali ambapo mtu hupelekwa ili alipe uhalifu wake. Kwa hivyo, kuwako kwa gereza maanake ni kwamba kuna sheria na pia mwendesha mashtaka wa sheria.

Adhabu Zinatofautiana Kulingana na Ukubwa wa Dhambi na Kipimo cha Imani

Hata katika huu ulimwengu, kuna sheria, na tunahukumiwa kulingana na uzito wa dhambi. Katika ulimwengu wa kiroho pia, tunapoishi katika kweli, tutalindwa na Mungu, lakini tunahalifu kweli, adui ibilisi na Shetani atatuletea mitihani na majaribu.

Inamaanisha kwamba tutalipa kwa ajili ya dhambi zetu.

Hasa, kutakuwa na adhabu tukifanya kazi za mwili, ambazo ni hizo dhambi zinazofanywa katika matendo. "Ibilisi atawatupa baadhi yenu gerezani ili mjaribiwe" maanake ni hii.

Mitihani na majaribu ni tofauti kulingana na uzito wa dhambi, lakini pia ni tofauti kulingana na kipimo cha imani ya kila mmoja. Hata kwa ajili ya dhambi hiyo hiyo, adhabu itakuwa tofauti kwa watu tofauti wenye vipimo tofauti vya imani.

Luka 12:47-48 inasema, "Na mtumwa yule aliyejua mapenzi ya bwana wake, asijiweke tayari, wala kuyatenda mapenzi yake, atapigwa sana. Na yule asiyejua, naye amefanya yastahiliyo mapigo, atapigwa kidogo. Na kila aliyepewa vingi, kwake huyo vitatakwa vingi; naye waliyemwekea amana vitu vingi, kwake huyo watataka na zaidi."

'Wale waliopewa vingi' maanake ni wale wenye imani kubwa. Kwa upande mwingine, wale ambao hawajui mapenzi ya bwana wao vizuri ni watu wa imani haba. Mungu atataka mengi zaidi kutoka kwa wale wanaojua mapenzi ya bwana lakini hawafanyi lolote, yaani wale wenye kipimo kikubwa cha imani lakini hawafuati mapenzi ya Mungu.

Yakobo 3:1 inasema, "Ndugu zangu, msiwe waalimu wengi, mkijua ya kuwa mtapata hukumu kubwa zaidi." Kama tuna imani kubwa kuliko wengine na tumekuwa waalimu, ni wazi kwamba tunapaswa kuishi kwa kufuata neno la Mungu.

Bila hivyo, tunaweza kukabiliana na mitihani na majaribu. Na ukubwa wa majaribu utatofautiana kulingana na kipimo cha imani yetu. Katika visa vingine, majaribu yataisha punde tu tunapotubu na kugeuka. Katika visa vingine, hata baada ya kutubu, kutakuwa na adhabu.

Katika kisa cha Mfalme Daudi, ambaye ni mtu aupendezaye moyo wa Mungu, alimchukua mke wa mmoja wa watumishi wake waaminifu. Kisha akamweka mstari wa mbele katika vita ili amwue. Kwa sababu hii, hata baada ya kutubu, alilazimika kukabiliana na matatizo makubwa. Yaani, alilazimika kumkimbia mwanawe Absalomu. Alipatwa na huzuni nyingi. Kwa kuwa imani yake ilikuwa kubwa, adhabu yake ilikuwa kubwa pia.

'Siku kumi' maanake ni hizi aina zote za mitihani na majaribu. Nambari ya kumi ni nambari kamili katika mfumo wa miongo. Inamaanisha 'aina zote.' Kwa hivyo, 'majaribu kwa siku kumi' yanaashiria aina zote za majaribu tunayoweza kupitia katika dunia hii.

Jinsi ya Kutoka Katika Majaribu

Biblia ina njia zote za jinsi ya kupokea baraka, na jinsi tutakavyopata mitihani na majaribu.

Waamini wengine wanasema wana imani. Lakini bado wanafanya dhambi na hawashiki Sabato yote, au hawatoi mafungu ya kumi halisi, ambayo ni mambo ya kimsingi katika maisha ya Mkristo. Kwa hivyo, hupata mitihani na majaribu mbalimbali. Kwa kweli, si ati tutalindwa kutoka kwa mambo yote kwa sababu tu tunashika Sabato na kutoa mafungu ya kumi.

Kwa waamini wapya walioingia tu katika imani ya Kikristo, wakishika Siku ya Bwana na kuifanya iwe takatifu na kutoa fungu la kumi, Mungu ataichukulia kama imani na atawalinda. Lakini kwa wale ambao wanatarajiwa kuwa na vipimo vikubwa vya imani, itakuwa tofauti. Imani yao inapoendelea kukua, wanapaswa kuonyesha matendo kamili zaidi.

Imani yao inapoendelea kukua, kutakuwa na majaribu na utakaso ili kuwaelekeza kwa imani kubwa zaidi. Kwa hivyo, ni lazima wasimame katika kweli kwa ukamilifu zaidi.

Hatupaswi kusema maneno yoyote yasiyo ya kweli ambayo yanaweza kumruhusu Shetani atushitaki. Ni lazima tujaribu kuwa na amani na utakatifu na kila mtu. Ni kwa sababu, imani yetu inapoendelea kukua, Shetani atajaribu kutushitaki hata kwa sababu ya mambo madogo ili atutatize.

Juu ya mengine yote, jambo la kimsingi zaidi ni kwamba ni lazima tutubu dhambi zetu na kuvunja ukuta wa dhambi kati yetu na Mungu. Kisha, ni lazima tugeuke na kufanya kazi kwa uaminifu kwa ajili ya ufalme wa Mungu. Mungu hataki tu uaminifu wa kimwili lakini uaminifu wa kiroho.

Yesu alipoambia Kanisa la Smirna liwe aminifu hata kufa, haikuwa tu uaminifu wa kutoa maisha ya kimwili lakini pia ni uaminifu wa kiroho. Basi, kuwa mwaminifu hadi kufa maanake ni nini?

Kuwa Mwaminifu hadi Kufa ni Imani ya Ufiadini

Kwa mfano, kama waziri ni mwaminifu kwa mfalme wa nchi, maanake ni kwamba anaweza kutoa maisha yake kwa ajili ya mfalme na kwa ajili nchi. Vivyo hivyo, kuwa mwaminifu katika ufalme wa Mungu ni kuweza kutoa hata maisha yetu. Ni kufanya kazi kwa bidii na imani ya ufiadini.

Lakini hatupaswi kufikiri kwamba hili linahusu ufiadini wa kimwili peke yake kutoa uhai wetu wa kimwili. Kilicho cha muhimu zaidi ni ufiadini wa kiroho.

Ufiadini wa kiroho ni kung'ang'ana dhidi ya dhambi na aina zote za uovu, kuziacha, na ni kutoridhiana na ulimwengu ili tumpende na kumpendeza Mungu.

Vivyo hivyo, tuking'ang'ana dhidi ya dhambi na kuziacha zote, hatutakuwa na 'unafsi' au 'wenyewe' ndani yetu. Ni neno la Mungu peke yake, kweli, vitakuwa ndani yetu, na tutashika maneno yote katika vitabu 66 ya Biblia.

Kama mtume Paulo alivyokiri katika 1 Wakorintho 15:31 akisema, "Ninakufa kila siku," ikiwa 'wenywe' wetu utakufa kabisa na tuache aina zote za uovu, basi tutaweza kutimiza majukumu yetu yote kwa uaminifu. Tutaweza kuomba na machozi na upendo kwa ajili ya roho zinazokufa.

Uaminifu wa kiroho ni kwa ajili yetu sisi tutakase mioyo yetu na kutimiza majukumu yetu, tukitoa maisha yetu yote kutoka kilindi cha moyo mtakatifu.

Leo, inaonekana hatuko katika hali ya kuonyesha imani yetu ya ufiadini na tunaweza kufikifi kwamba hatuna nafasi ya kuangalia kama tuna imani ya ufiadini. Ni kwa sababu hatuhubiri injili katika nchi ya kikomunisti au katika nchi ambamo Uislamu una nguvu sana.

Lakini si hivyo. Mungu huturuhusu kuangalia kama tuna imani ya ufiadini kwa kutufanya tupitie aina ya hali ambazo kwa kweli zinaweza kufanana na kuwa mfiadini. Kwa kweli, kama imani yetu haiwezi kushinda aina hiyo ya mtihani, hatutakabiliwa na mtihani wa aina hiyo.

Yakobo 1:12 inasema, "Heri mtu astahimiliye majaribu; kwa sababu akiisha kukubaliwa ataipokea taji ya uzima, Bwana aliyowaahidia wampendao."

Yaani, taji ya uzima haitatolewa tu kwa kila mtu bali kwa wale peke yao watakaoshinda majaribu na kukiriwa na Mungu.

Si ati tunaweza kutambuliwa na Mungu baada ya kupita mtihani mmoja peke yake tu. Ni wale peke yao ambao wametakaswa kabisa ndio watakaosimama juu ya mwamba wa imani na wawe na moyo thabiti, usioweza kubadilika. Hao ndio watu wasiotikisika kwa kuwa na shaka katika aina yoyote ya hali.

Taji ya Uzima tutakayopewa Tutakapokuwa Waaminifu Hadi Kufa

Tutapewa taji ya uzima tutakaposhinda aina zote za mitihani na majaribu na kuwa waaminifu hadi kufa. Kwa kweli, hii inapewa wale wanaoingia katika ufalme wa mbinguni wa tatu, kati ya makao tofauti tofauti ya ufalme wa mbinguni.

Kuelewa hili ni lazima tuangalie kwa ufupi makao yanayopewa watu wenye vipimo tofauti vya imani.

Tuseme kuna mtu mwenye imani ya kutosha tu kupokea wokovu, na mtu mwingine ambaye amekuwa mwaminifu hadi kufa. Itakuwaje kama wote watachukuliwa kuwa sawa katika ufalme wa mbinguni? Hiyo haitakuwa haki. Kwa hivyo, Mungu anatupatia makao tofauti na zawadi tofauti kulingana na kiasi tulivyoishi kufuatana na neno la Mungu katika dunia hii.

Kwanza, wale wanaookolewa kwa kuponea wataingia Paradiso, na hawatapokea taji yoyote. Walikuwa na imani tu ya kupokea wokovu, lakini hawakuweka zawadi zozote za mbinguni hapa duniani.

Wafuatao, wale wanaoingia katika Ufalme wa Mbinguni wa Kwanza watapokea "Taji Isiyoharibika" inayotajwa katika 1 Wakorintho 9:25. Walikuwa na imani ya kujaribu kuishi kufuatana na neno la Mungu na wakajaribu kujizuia kushiriki mambo ya kuharibika na ya kimwili ya huu ulimwengu. Hii ndiyo sababu watapewa "Taji Isiyoharibika."

Wale wanaoingia katika Ufalme wa Mbinguni wa Pili watapewa "Taji ya Utukufu" (1 Petro 5:4). Kwa sababu waliishi maisha ya kumtukuza Mungu, watapokea Taji ya Utukufu.

Kisha, Ufalme wa Mbinguni wa Tatu ni mahali pa wale ambao wameuacha uovu kabisa na walikuwa na imani y kupenda Mungu kwa kiwango cha juu kabisa. Watu hawa watapewa Taji ya Uzima, ambayo pia iliahidiwa, kwa masharti, kwa Kanisa la Smirna.

Mwisho, wale ambao hawajatakaswa kabisa tu peke yake bali pia wamekuwa waaminifu katika nyumba yote ya Mungu watapokea Taji ya Dhahabu (Ufunuo 4:4), na Taji ya Uadilifu (2 Timotheo 4:8)
Zaidi ya hizo, kuna aina nyingi ya taji kule mbinguni za kupewa kila mtu kulingana na yale aliyofanya.

Warumi 8:35 inasema, "Ni nani atakayetutenga na upendo wa Kristo? Je! Ni dhiki au shida, au adha, au njaa, au uchi, au hatari, au upanga?" Kama tuna upendo wenye ari na unaowaka kwa ajili ya Bwana kama mtume Paulo, basi tunaweza kuwa waaminifu hadi kufa kwa ajili ya kanisa, mwili wa Bwana.

Zaidi ya hayo, tutaingia hata katika viwango vya ndani zaidi vya roho kupokea upendo wa Mungu na kumpa utukufu mkuu.

Ahadi ya Bwana Iliyotolewa kwa Kanisa lililoko Smirna

Yeye aliye na sikio, na alisikie neno hili ambalo Roho ayaambia makanisa. Yeye ashindaye hatapatikana na madhara ya mauti ya pili (Ufunuo 2:11).

Waamini katika Kanisa la Smirna wameteseka na wangeteseka kwa ajili ya jina la Bwana, lakini Bwana hakuwafariji tu kwa kusema, "Ninajua mateso yenu. Vumilieni zaidi kidogo tu."

Badala yake, aliwashauri wawe waaminifu hata zaidi, hata kufa. Hili lilikuwa la kuwapa baraka kuu zaidi na zawadi nyingi zaidi. Mateso yote na mitihani yote liliyopitia Kanisa la Smirna hakika yangekuwa baraka na zawadi kwao.

Lakini kwa kushinda tu mitihani na majaribu, hatuwezi kwa kweli kupongezwa mbele za Mungu. Atatusifu peke yake wakati tutakapofanya mambo zaidi ya yale tunayopaswa kufanya.

Kwa maana fulani, ni asilia kwamba mtoto wa Mungu apate majaribu na mateso kwa ajili ya jina ya Bwana. Kwa hivyo, badala ya kuwapa neno la faraja, Bwana aliwaambia wawe waaminifu hata kufa, ili waweze kupokea baraka kuu zaidi na zawadi nyingi zaidi. Hili lilikuwa tamko la upendo wa Mungu.

Ni Lazima Tuwe na Usikivu kwa Neno la Mungu

Hata ingawa Mungu hutupatia neno lake la ahadi, haina maana yoyote kama hatutalipa usikivu. Kama ilivyosemwa, "Kondoo wangu waisikia sauti yangu; nami nawajua, nao wanifuata" (Yohana 10:27), watoto wa Mungu waliompokea Roho Mtakatifu wanapaswa kusikiliza yale ambayo Roho Mtakatifu anawaambia. Hiyo ndiyo sababu Bwana aliliambia Kanisa la Smirna, "Yeye aliye na sikio, na alisikie neno hili ambalo Roho ayaambia makanisa" (kif. 11).

Hili sio tu sikio la kimwili la kusikia sauti. Inamaanisha ni lazima tuwe na masikio ya kiroho ya kuchanganua kweli. Ni lazima tuwe na masikio ya kiroho ya kusikia sauti ya Roho Mtakatifu anayetuongoza katika kweli na kutujulisha moyo na mapenzi ya Mungu. Ni baada ya hayo peke yake ndipo sisi pia tutaweza kuelewa maana za kiroho zilizo katika neno la Mungu linalohubiriwa.

Aina hii ya sikio la kiroho litakuwa linatambua zaidi kiasi ambacho tunatoa uovu kutoka mioyoni mwetu. Kinyume na hilo, jinsi tunavyokuwa na uovu mwingi mioyoni mwetu, ndivyo masikio yetu ya kiroho yanavyopunguza utambuzi wao. Kisha tunaposikia neno la Mungu hatutalielewa, na hatuwezi kuongozwa na Roho Mtakatifu.

Lakini tunaweza kuwa na uovu fulani moyoni na hatuwezi kusikia sauti ya Roho Mtakatifu waziwazi. Hata katika hali hii, hata hivyo, tukilitii neno la Mungu tu na 'Ndio' na 'Amina,' punde tu tutafikia kiwango cha kusikia sauti ya Roho Mtakatifu waziwazi kabisa. Kisha tutakuwa na uwezo wa kuchanganua kati ya mambo kulingana na neno la Mungu, ili tuweze kushinda aina yoyote ya mitihani, au majaribu.

'Yeye ashindaye' maanake ni kwamba wale wanaong'ang'ana na dhambi na uovu na kuviacha kwa kufuata neno la Mungu kama ilivyo hapo juu. Bwana alisema mtu wa namna hii hatapatikana na madhara ya mauti ya pili. Basi, mauti ya pili ni nini, na kupatikana na madhara ya mauti ya pili ni nini?

Usipatikane na Madhara ya Mauti ya Pili

Mungu wetu anapoziita roho zetu, punde tu mili yetu hubadilika na kuwa maiti baridi. Baada ya muda, itarudi na kuwa konzi ya mchanga. Maisha yetu ya kimwili yanapoisha namna hii, hiyo ni mauti ya kwanza.

Na mauti ya pili ni wakati roho zetu, bwana wa wanadamu, zinapowekwa katika moto wa milele wa jehanamu.

Katika kitabu cha Ufunuo, tunaweza kuona kwamba majina yanayoandikwa katika Kitabu cha Uzima yanaweza pia kufutwa. na hawa watu watatupwa katika ziwa la moto.

Nikawaona wafu, wakubwa kwa wadogo, wamesimama mbele ya hicho kiti cha enzi; na vitabu vikafunguliwa; na kitabu kingine kikafunguliwa, ambacho ni cha uzima; na hao wafu wakahukumiwa katika mambo hayo yaliyoandikwa katika vile vitabu, sawasawa na matendo yao. Bahari ikawatoa wafu waliokuwamo ndani yake; na Mauti na Kuzimu zikawatoa wafu waliokuwamo ndani yake. Wakahukumiwa kila mtu kwa kadiri ya matendo yake. Mauti na Kuzimu zikatupwa katika lile ziwa la moto. Hii ndiyo mauti ya pili, yaani, hilo ziwa la moto. Na iwapo mtu ye yote hakuonekana ameandikwa katika kitabu cha uzima, alitupwa katika lile ziwa la moto (Ufunuo 20:12-15).

Wale wanaoishi katika mambo yasiyokuwa kweli na dhambi, yaani wale ambao hawaishi katika neno la Mungu na hawajashinda, watapatwa na mauti ya pili; watateseka milele katika moto wa milele wa Jehanamu.

Lakini wale wanaoishi kwa kufuata neno la Mungu, wale wasiotikisika hata katika mitihani na majaribu lakini wameyashinda, hawatapata madhara ya mauti ya pili; wataingia katika uzima wa milele.

Bwana alilipa Kanisa la Smirna neno hili kwa sababu anawataka wale watakaoenda Korea Kaskazini, na pia wale wote watakaosoma ujumbe wake washinde majaribu yote, wawe waaminifu hadi kufa, na wapokee Taji ya Uzima.

Zaidi ya hayo, Bwana anatwambia tuwatangazie wale wasiojua kweli na wanaenda katika njia ya kifo; ni lazima tuwahubiri kwa ujasiri bila kuogopa majaribu, bali tupokee wokovu kwa kufuata kweli.

Hili ni jukumu ambalo sote tumepewa. Mtu yeyote au kanisa lolote linalotimiza jukumu hili kwa uaminifu litapokea baraka za Mungu na zawadi za milele za mbinguni.

Hapa tunapaswa tusisahau jambo moja. Katika 1 Timotheo 5:22 inasema, "Usimwekee mtu mikono kwa haraka, wala usizishiriki dhambi za watu wengine. Ujilinde nafsi yako uwe safi." Ni lazima tusiwe wavivu katika kujisafisha na kujitakasa.

"Mungu wa amani mwenyewe awatakase kabisa; nanyi nafsi zenu na roho zenu na miili yenu mhifadhiwe mwe kamili, bila lawama, wakati wa kuja kwake Bwana wetu Yesu Kristo" (1 Wathesalonike 5:23). Kama ilivyosemwa, natukamilishe utakaso, bila kuwa na lawama wala mawaa, ili tuingie Yerusalemu Mpya.

SURA YA 3

KANISA LA PERGAMO
- Vuguvugu na Lenye Madoadoa ya Nadharia ya Mafundisho Potovu

Kanisa la Pergamo lilisifiwa kwa kushika imani yao hata katika mateso na matatizo. Lakini walikemewa vikali kwa kuwa kulikuwa na waamini waliofuata mafundisho ya Wanikolai. Ujumbe unatolewa kwa makanisa ya leo yaliyo vuguvugu na yenye kuridhiana na ulimwengu, au yanayofuata mafundisho potovu.

Ufunuo 2:12-17:

Na kwa malaika wa kanisa lililoko Pergamo andika: Haya ndiyo anenayo yeye aliye na huo upanga mkali, wenye makali kuwili: 'Napajua ukaapo, ndipo penye kiti cha enzi cha Shetani; nawe walishika sana jina langu, wala hukuikana imani yangu, hata katika siku za Antipa shahidi wangu, mwaminifu wangu, aliyeuawa kati yenu, hapo akaapo Shetani.

Lakini ninayo maneno machache juu yako, kwa kuwa unao huko watu washikao mafundisho ya Balaamu, yeye aliyemfundisha Balaki atie ukwazo mbele ya Waisraeli, kwamba wavile vitu vilivyotolewa sadaka kwa sanamu, na kuzini.

Vivyo hivyo wewe nawe unao watu wayashikao mafundisho ya Wanikolai vile vile.

Basi tubu; na usipotubu, naja kwako upesi, nami nitafanya vita juu yao kwa huo upanga wa kinywa changu.

Yeye aliye na sikio, na alisikie neno hili ambalo Roho ayaambia makanisa. Yeye ashindaye nitampa baadhi ya ile mana iliyofichwa, nami nitampa jiwe jeupe, na juu ya jiwe hilo limeandikwa jina jipya asilolijua mtu ila yeye anayelipokea.'

Barua ya Bwana kwa Kanisa la Pergamo

Na kwa malaika wa kanisa lililoko Pergamo andika: Haya ndiyo anenayo yeye aliye na huo upanga mkali, wenye makali kuwili (Ufunuo 2:12).

PPergamo ilianza kuonekana katika historia karibu na wakati wa Lisimako, mmoja wa majemadari wa Iskanda Mkuu. Aliiona kwamba ilikuwa ngome ya kiasilia na akaanza kuiendeleza. Tangu wakati huo, ikawa senta ya utamaduni wa Kiyunani. Cheo chake cha kitamaduni kiliweza kulinganishwa hata na Iskandaria, mmoja wapo wa miji muhimu sana ya kitamaduni katika historia.

Pergamo ilikuwa mahali pa dini nyingi tofauti. Kuabudu sanamu ilikuwa imeenea sana kati ya watu hivi kwamba madhabahu ya Ashiepo ilikuwa kama hospitali.

Ilipokuwa inaendelea kama moja wapo ya nchi za Ufalme wa Rumi, walijenga madhabahu nyingi za kuabudia Mfalme wa Rumi. Kisha Wakristo ambao hawangeweza kuabudu Mfalme walianza kuteswa.

Kanisa la Pergamo lilianzishwa katikati ya mateso mengi. Mwanzo walishika imani yao, lakini Ufalme wa Rumi ulipoanza kukubali Ukristo kama dini ya nchi, wakawa wa kilimwengu. Hiyo ndiyo sababu Bwana aliwapongeza na tena akawakaripia.

Bwana Ana Upanga Mkali, wenye Makali Kuwili

Barua kwa Kanisa la Pergamo inaanza na, "Na kwa malaika wa kanisa lililoko Pergamo andika: Haya ndiyo anenayo yeye aliye na huo upanga mkali, wenye makali kuwili" (kif. 12). Kwanza inataja aandikaye ni nani na aandikiwaye ni nani.

Malaika wa kanisa ni mchungaji wa kanisa. Upanga wenye makali kuwili unaashiria neno la Mungu. Waebrania 4:12 inasema, "Maana Neno la Mungu li hai, tena lina nguvu, tena lina ukali kuliko upanga uwao wote ukatao kuwili, tena lachoma hata kuzigawanya nafsi na roho, na viungo na mafuta yaliyomo ndani yake; tena li jepesi kuyatambua mawazo na makusudi ya moyo."

Yeye mwenye neno la Mungu lililo kama upanga wenye makali kuwili ni Yesu Kristo. Yohana 1:14 inasema, "Naye Neno alifanyika mwili, akakaa kwetu; nasi tukauona utukufu wake, utukufu kama wa Mwana pekee atokaye kwa Baba; amejaa neema na kweli." Yesu ni Mwana wa Mungu na Neno na alikuja hapa duniani katika mwili.

Pia, kama ilivyosemwa katika sehemu ya mwisho ya Yohana 1:1, "Naye Neno alikuwa Mungu," Yesu ni kitu kimoja na Mungu ambaye ndiye Neno lenyewe. Yesu, Mwana wa Mungu, aliyekuja hapa duniani katika mwili kiasili ni Mungu mwenyewe. Yeye ni Bwana wa vitu vyote mbinguni na duniani. Yeye ni Mfalme wa wafalme na Bwana wa mabwana.

Basi, neno la Mungu, ambalo lina makali kuliko upanga wenye makali kuwili, linawezaje kufanya kazi juu yetu?

Jinsi Neno la Mungu Linavyofanya Kazi juu Yetu.

Hakuna kitabu kingine katika ulimwengu huu ambacho kina uzima au uwezo wa kufanya kazi. Neno la Mungu peke yake ndilo lililo hai. Ni neno la Mungu peke yake lenye uzima, na tunapoliamini na kutenda kwa kulifuata hilo, basi litafanyika kama lilivyoandikwa. Inaonyesha kazi ya uzima, kazi ya kufufua roho zinazokufa.

Zaburi 37:4 inasema, "Nawe utajifurahisha kwa Bwana; naye atakupa haja za moyo wako." Kujifurahisha kwa Mungu, ni lazima kwanza tumfurahishe Mungu. Kisha tutaweza kupokea jibu (Mithali 11:20; 12:22; 15:8; Waebrania 11:6).

Tunapoliamini hili neno na kulitekeleza, tunapokea jibu. Kwa hili, tunaweza kuelewa kwa hakika kwamba neno la Mungu li hai.

Pia, neno la Mungu ni kama upanga mkali, lachoma hata kuzigawanya nafsi na roho, na viungo na mafuta yaliyomo ndani yake. Nafsi kwa jumla, ni kifaa cha kumbukumbu katika akili ya mwanadamu, ujuzi ulio ndani yake na shughuli za kutumia huo ujuzi ulio ndani. Roho ni kitu ambacho hakiwezi kubadilika kamwe au kuharibika, bali ni ya milele. Roho ni uzima na kweli yenyewe.

Wanadamu wameumbwa na Roho, nafsi, na mwili. Kiasili, roho ilitawala juu ya nafsi na mwili. Lakini kwa sababu ya dhambi ya Adamu, roho bwana wa wanadamu, ilikufa, na ikafungiwa kabisa katika nafsi.

Lakini mtu yeyote akimkubali Yesu Kristo kama Mwokozi wake, atapokea kipawa cha Roho Mtakatifu na roho iliyokufa itafufuka. Pia, kufikia kiasi cha kutupa nafsi ya mambo yasiyokuwa kweli, yaani ujuzi usiokuwa kweli, kupitia kwa neno la Mungu, roho yake hukua na hiyo roho ikarejeshwa kabisa.

"Viungo" Vinabeba Maana ya Mifumo Mbalimbali Inayoumbwa na 'Uadilifu wa Kibinafsi'

Vivyo hivyo, neno la Mungu huvunjavunja mambo yasiyo

kweli ya nafsi na kuipatia roho nguvu za kushughulika zaidi. Pia litagawanya viungo na mafuta yaliyo ndani yake. Hapa 'viungu' si viungo vya kimwili vya mifupa. Vinaashiria mifumo ya kiroho ambayo mtu ameumba.

Mifumo huumbwa na mambo ambayo mtu huona, kusikia, na kujifunza. Kwa hivyo kwa kweli ina mambo mengi yasiyokuwa kweli. Mfumo huumbwa wakati 'uadilifu wa kibinafsi' unapofanywa kuwa mgumu. 'Uadilifu wa kibinafsi' ni yale mtu anayoona kwamba ni sawa katika mtazamo wake mwenyewe.

Kwa watu wengine, haiba zao zinaweza kuwa mifumo yao. Kwa wengine, ujuzi wao, elimu, vitu wanavyopenda, tabia, na hulka nyingine zinaweza kuwa mifumo yao. Tukijenga mifumo hii, tunaweza kuwa na migongano na wengine maoni yao yanapokuwa tofauti na yetu. Tunaweza kuwasumbua wengine, na tunaelekea kuwahukumu na kuwahesabia hatia bila kuwaelewa.

Hili linawezakuonyeshwa katika maisha ya kila siku katika njia mbalimbali. Kwa mfano, kwa mtu aliyelazimika kufungua njia zake yeye mwenyewe, bila kumwambia mtu yeyote, basi anaweza kuwa na matatizo na uhusiano na wengi. Hulka yake ya undani huwa mfumo wake na hawezi kuwakaribia wengine kirahisi.

Kwa watu kama hawa, kama watu wengine walio karibu naye wana hulka za kuingiliana na watu kirahisi, wanaweza kumwelewa vibaya. Wanaweza kumhukumu wakifikiri, "Ana ubinafsi na kiburi."

Lakini hata mtu mwenye mifumo yenye nguvu sana anaweza kuwa hataonyesha kwa nje. Inamaanisha hasisitizi juu ya uadilifu wake wa kibinafsi. na hana migongano mingi na watu wengine. Hata hivyo, mtu aina hii hakubali ushauri wowote kutoka kwa watu wengine, kwa hivyo inakuwa vigumu sana kwake kubadilika.

Vivyo hivyo, ni Neno la Mungu peke yake linaloweza kuvunjavunja aina mbalimbali za mifumo. Lakini kama mtu ana mfumo mkubwa wake mwenyewe na hafungui moyo wake, neno la Mungu haliwezi kulazimishwa juu yake.

Ni wakati tu peke yake ambapo mtu hufungua moyo wake ndipo neno la Mungu linaweza kuingia moyoni mwake na kuubadilisha. Ni kwa sababu Mungu anafanya kazi kulingana na hukumu ya haki.

Tukikiri ukweli kwamba tuna mifumo ya kibinafsi, na tufungue mioyo yetu kwa unyenyekevu, na tuwe na mtazamo wa kukubali neno la Mungu, basi Mungu anaweza kuvunjavunja hata mifumo yenye nguvu kabisa kwa neno lake.

'Mafuta' Yanaashiria Aina ya Uovu Katika Kilindi cha Moyo wa Mtu

Mafuta ni ni tishu nyororo, yenye utomvu mwingi

iliyogeuzwa kiunganishi inayopatikana katika tundu za mifupa mingi. Kiroho, inamaanisha dhambi na uovu uliokita mizizi ndani kabisa. Kama tu mafuta yaliyo ndani kabisa ya mifupa, aina ya uovu pia huwekwa katika kilindi cha moyo wa mtu.

Tunaweza kupata aina ya uovu unaoonekana nje kirahisi. Lakini si kawaida kujua uovu ulio katika vilindi vya asilia yetu. Kwa kawaida tunaweza kufikiri kwamba hatuna husuda na wivu, lakini katika hali kali kabisa, tunapata uovu ambao umefichika ndani kabisa hutoka nje.

Hivi ndivyo ilivyokuwa kwa Ayubu katika Agano la Kale. Ayubu hakujiona kwamba alikuwa mwovu. Kama alivyojua, alikuwa anafanya mambo kwa ukamilifu katika matendo na moyoni mwake. Lakini ni hakika kwamba alikuwa na uovu katika kilindi cha asili yake. Hiyo ndiyo sababu, wakati Shetani alipomshitaki, Mungu aliruhusu majaribu yafanyike ili aweze kutambua uovu wake.

Aliteseka sana: akapoteza jamaa yake na mali yake yote. Alikuwa na uchungu mkubwa kutoka kwa majipu mwilini mwake mwote. Sasa, uovu wake, asioujua, ulianza kujitokeza.

Ilikuwa wakati huo, wakati Mungu alipomweleza, ndipo alipotambua uovu wake. Alitubu vikali na akauacha. Kisha akaingia katika daraja la ndani zaidi la roho. Akawa tajiri maradufu ya vile alivyokuwa awali.

Uadilifu wa kibinafsi na mifumo, kama tu vile 'viungo' na 'mafuta,' ni sehemu ya mwili. Vinaweza kuondolewa tu na upanga wa neno la Mungu peke yake. Ni wakati peke yake ambapo tutavunja huu uadilifu wa kibinafsi na mifumo ndipo tutaweza kuwa watoto watakatifu wa Mungu.

Lakini si kila mhubiri anaweza kupenya hata kugawanya viungo na mafuta. Ni lazima ziwe jumbe za kiroho ndipo ziweze kufanya hivyo. Zaidi ya hayo, mhubiri pia lazima awe na mamlaka juu ya maneno yake.

Neno lililotolewa na Bwana, mwenye mamlaka juu ya neno linalofanana na upanga wenye makali kuwili, kwa Kanisa la Pergamo, pia linatolewa kwa makanisa yote leo.

Hali Zinazofanana na Kanisa la Pergamo Leo

Ujumbe uliopelekewa Kanisa la Pergamo ni ujumbe wa makanisa na waamini walio vuguvugu, na pia wale ambao wamechafuliwa na nadharia potovu. Ni wale wanaliitia jina la Mungu lakini wanamkana Yesu Kristo, na wale wanatumia ujanja kugeuza neno la Mungu.

Hawajidanganyi tu wenyewe bali pia wanadanganya watu wengine waamini itikadi zao za uongo. Bwana hawaachi hata watu hawa. Anaangaza nuru yake juu ya hali yao ya kuelewa neno la Mungu vibaya. Neno la Mungu ni kama upanga wenye makali kuwili. Bwana aliwapa neno lake ili awafanye watubu na wageuke ili waweze kuokolewa.

Siku ya Hukumu, mtu anaweza kutoa sababu akisema hakujua. Lakini matendo na maneno yao yakiakisiwa juu ya neno la Mungu, mambo yao yasiyokuwa kweli yatafunuliwa wazi.

Hata ingawa wanaweza kuhubiri neno la Mungu na wana aina fulani ya kanisa kwa nje, mafundisho potovu ni kazi za Shetani. Wanabadilisha kidogo kiini cha neno la Mungu.

Tunapaswa kuchanganua mafundisho potovu na vigezo visivyokuwa vya wanadamu, bali kwa neno la Mungu peke yake. Lakini ukweli ni kwamba, makanisa zaidi na zaidi huhukumu na kuwahesabia haki wengine kama wenye mafundisho potovu, kwa sababu tu ya mafundisho yao na nadharia zao ziko tofauti kidogo.

Kigezo cha Mafundisho Potovu katika Biblia

2 Petro 2:1 inasema, "Lakini kuliondokea manabii wa uongo katika wale watu, kama vile kwenu kutakavyokuwako waalimu wa uongo, watakaoingiza kwa werevu uzushi wa kupoteza, wakimkana hata Bwana aliyewanunua, wakijiletea uharibifu usiokawia."

Kigezo cha wazi cha kuchanganua mafundisho potovu ni kama wanamkubali au kumkana Bwana aliyewanunua. Yaani, kama mtu yeyote hamwamini Yesu Kristo kama Mwokozi, anaweza kuitwa potovu. Yesu Kristo alitusafisha kutoka kwa dhambi zetu na kutuokoa kupitia damu yake. Kwa hivyo, watoto wote wa Mungu waliookolewa walinunuliwa na Bwana na damu yake.

Kwa hivyo, kabla Yesu kusulubiwa na kutimiza jukumu lake kama Kristo kwa kufufuka, hakukuwa na neno kama 'upotovu.' Maana ya Yesu ni, 'Yeye atakayewaokoa watu wake kutoka kwa dhambi zao' (Mathayo 1:21), na 'Kristo' ni neno la Kiyunani la 'Masihi,' ambalo maanake ni 'Aliyemwagiwa Mafuta.'

Ni baada tu ya Yesu kutimiza jukumu lake kama Kristo kwa kufufuka peke yake, ndipo tunaweza kusema kwamba mtu ana mafundisho potovu, anapomkana Yesu Kristo, 'Bwana aliyemnunua.' Hiyo ndiyo sababu neno 'upotovu' haliko katika Agano la Kale wala katika hizo Injili Nne.

Inapoendelea kukaribia mwisho, mafundisho potovu hutokea zaidi. Watu wengi zaidi hufanya kama ambao wao ndio Waokozi. Huwadanganya watu wakifundisha kama ambao ni lazima tuokolewe kupitia kwao.

Baada ya muda kupita, watafunua utambulisho wao. Wanapenda ufisadi, hutatiza njia ya kweli, na kukusanya pesa kutoka kwa wafuasi wao. Hufanya mambo mengi yaliyo kinyume cha sheria. Kwa kweli, hatupaswi kuwahukumu wengine kama wenye mafundisho potovu kwa sababu tu ya mambo yaliyo kinyume cha sheria, ikiwa hawamkani Bwana.

Inawezakuwa lazima kwamba tuwashauri na hata kuwakemea ili waweze kutubu, lakini hatuwezi kuwahukumu kama wapotovu kwa sababu tu ya mambo wanayofanya ambayo yako kinyume na sheria, bila kumkana Yesu Kristo.

Tunaweza kuelewa hili waziwazi kupitia kwa neno la Gamalieli mwalimu aliyewaambia wale waliokuwa wakihukumu na kuhesabia hatia wale waliomwamini Yesu Kristo.

Akawaambia, "Enyi waume wa Israeli, jihadharini jinsi mtakavyowatenda watu hawa. Kwa sababu kabla ya siku hizi aliondoka Theuda, akijidai ya kuwa yeye ni mtu mkuu, watu wapata mia nne wakashikamana naye. Naye aliuawa na wote waliomsadiki wakatawanyika wakawa si kitu. Baada ya mtu huyo aliondoka Yuda Mgalilaya, siku zile za kuandikiwa orodha, akawavuta watu kadha wa kadha nyuma yake, naye pia akapotea na wote waliomsadiki wakatawanyika. Basi sasa nawaambia, Jiepusheni na watu hawa, waacheni; kwa kuwa shauri hili au kazi hii ikiwa imetoka kwa binadamu, itavunjwa, lakini ikiwa imetoka kwa Mungu hamwezi kuivunja; msije mkaonekana kuwa mnapigana na Mungu" (Matendo 5:35-39).

Manabii wa Uongo, Waalimu wa Uongo, na Mpinga Kristo

Manabii wa uongo na waalimu wa uongo ambao huingiza kwa siri mafundisho potovu na haribifu, hata kumkana Bwana aliyewanunua, wanazungumziwa katika 2 Petro 2:1. Hapa, 'uongo' sio tu kusema uongo kudanganya wengine, bali ni kumkana Yesu Kristo ambaye ndiye kweli.

1 Yohana 2:22 inasema, "Ni nani aliye mwongo ila yeye akanaye ya kuwa Yesu ni Kristo? Huyo ndiye mpinga Kristo, yeye amkanaye Baba na Mwana." Kama ilivyosemwa, mwongo ni mtu anayemkana Yesu Kristo, na mpinga Kristo ni yule amkanaye Baba na Mwana.

Kwa hivyo, 1 Yohana 4:1-3 inasema, "Wapenzi, msiiamini kila roho, bali zijaribuni hizo roho, kwamba zimetokana na Mungu; kwa sababu manabii wa uongo wengi wametokea duniani. Katika hili mwamjua Roho wa Mungu; kila roho ikiriyo kwamba Yesu Kristo amekuja katika mwili yatokana na Mungu. Na kila roho isiyomkiri Yesu haitokani na Mungu. Na hii ndiyo roho ya mpinga Kristo ambayo mmesikia kwamba yaja; na sasa imekwisha kuwako duniani."

Wapinga Kristo ni wale wanaosimama kinyume na Yesu Kristo na neno la Mungu. Wanapinga njia ya wokovu kupitia kwa Yesu Kristo. KumkanaYesu Kristo ni sawasawa na kusimama kinyume na Mungu.

Kama tunataka kujiepusha na kudanganywa, ni lazima

tuweze kuchanganua upotovu, na tuweze kuwatambua manabii wa uongo, waalimu wa uongo, na mpinga Kristo kulingana na Biblia. Pia, tunapaswa tuweze kuwafanya wengine waelewe upanga wenye makali kuwili ambao ni neno la Mungu. Hata hivyo, hili halimaanishi kwamba ni lazima tubishane nao.

Tito 3:10 inasema, "Mtu aliye mzushi, baada ya kumwonya mara ya kwanza na mara ya pili, mkatae." Kama ilivyosemwa, tunaweza tu kuwashauri mara moja au mara mbili na neno la Mungu. Wakisikia na kugeuka, ni jambo la manufaa. Lakini ni afadhali kuwa mbali nao.

Ni kwa sababu, tusiposimama imara katika kweli, tunaweza kuathiriwa na nadharia zao wakati tunapobishana nao. Hubadilisha kweli kidogo na wanaweza kupenya katika udhaifu wa kila mtu. Kwa hivyo hatupaswi kubishana nao bila kuwa na ujuzi kamilifu wa neno la Mungu.

Wakati mtu ambaye hana uchanganuzi mwingi anapoathiriwa na nadharia potovu, itakuwa vigumu kwake kutambua na kugeuka. Hiyo ndiyo sababu Bwana anatwambia tujiepushe na mabishano na tukae mbali nao.

Upendo wa Mungu wa Kuwaokoa Wanadamu Wote

Mungu anatoa nafasi ya kutubu na kugeuka, kwa wale wanaoshikilia itikadi potovu, kama vile Mashahidi wa Jehova. Kupitia kwa neno lililopewa Kanisa la Pergamo, Bwana alitaka kuacha kumbukumbu la kuwaamsha wale waamini na makanisa ya leo ambayo yamefanana na Kanisa la Pergamo.

Pia alionya kuhusu kuridhiana na ulimwengu. Ni kwa sababu watu wana asilia za kimwili ambazo zinajaribu kufuata yale watakayo, ingawa wanajua mapenzi ya Mungu. Tunasema kwamba tunafuata mapenzi ya Mungu, lakini tukiruhusu asilia za kimwili ziingie mioyoni mwetu moja baada ya nyingine, inaweza kutufanya tugeuze neno la Mungu. Mwishowe inaweza hata kutuingiza katika itikadi potovu.

Ili tuweze kuwaruhusu hawa watu watambue kile kinachofanyika, tunahitaji neno la uzima lenye mamlaka ambalo linaweza kupenya hata kugawanya nafsi, roho, na viungo na mafuta. Pia, ni lazima tuthibitishe neno lililohubiriwa kupitia kwa kazi za miujiza za uwezo wa Mungu. Ni wakati tu peke yake jambo hili litakalokamilishwa ndipo wale walioathiriwa na itikadi potovu wataweza kutubu na kuziacha.

Kwa kweli, si watu wengi wako katika kundi hili, lakini Mungu anataka kila mmoja apokee wokovu na afikie ujuzi wa kweli (1 Timotheo 2:4). Hata katika hali ambayo ni vigumu kweli kwa mtu kuokolewa, akiwa na wema moyoni mwake, atapewa nafasi na neema ya Bwana na usaidizi wa Roho Mtakatifu.

Tunapohubiri injili, tunaweza kuona kwamba ni vigumu zaidi kuhubiri kwa wale wenye ujuzi mchache na wa juujuu wa

Biblia na wameathiriwa na mawazo potovu kuliko kuwahubiri wale ambao hawajui injili kabisa. Kwa hivyo, iti tueneze kweli tunahitaji uwezo na mamlaka.

Ni lazima tuonyeshe ushahidi tunapomhubiriYesu Kristo na injili ya ufalme wa mbinguni ili wasiweze kuikana bali waikubali tu. Bila hivyo, hata kama tukitumia jitihada kubwa kuhubiri injili, hatuwezi kuvuna matunda mengi ya uinjilisti.

Sifa za Bwana Zilizopewa Kanisa la Pergamo

Napajua ukaapo, ndipo penye kiti cha enzi cha Shetani; nawe walishika sana jina langu, wala hukuikana imani yangu, hata katika siku za Antipa shahidi wangu, mwaminifu wangu, aliyeuawa kati yenu, hapo akaapo Shetani (Ufunuo 2:13).

Pergamo ulikuwa mmoja wapo wa miji mikubwa kule Asia siku hizo. Ulikuwa senta ya siasa na masomo. Ulikuwa mji uliokuwa na ubadhirifu na kuabudu sanamu. Pergamo ilikuwa imejaa madhabahu na mahekalu ya kuabudia sanamu, kama vile hekalu la Zeu, Dionisio, Athene, na Asklepio, na madhabahu tatu kubwa za kumwabudia Mfalme wa Rumi. Kulikuwa na hekalu maalum, hekalu la Askepio ambalo lilikuwa mahali pa kuabudia nyoka.

Pergamo ulikuwa mji uliokuwa na kiti cha enzi cha Shetani, na Kanisa kule Pergamo lilikuwa linaishi maisha yao ya imani katika mazingira kama hayo. Hiyo ndiyo sababu Bwana anasema, "Ninajua ukaapo, ndipo penye kiti cha enzi cha Shetani."

Kanisa la Pergamo Lilishika Imani Mahali Palipokuwa Kiti cha Enzi cha Shetani

Bwana alipoliambia Kanisa la Pergamo kwamba alijua mahali walipokaa, maanake ni kwamba walikuwa wanaishi mahali palipojaa sanamu. Pia inamaanisha kwamba alijua kwamba imani yao ilikuwa haiko imara - katika misingi ya neno la Mungu. Anawaambia kwamba walikuwa katika hali ambayo ilikuwa rahisi kwao kudanganywa na mafundisho ya uongo yatokayo katika mabadiliko kidogo ya neno la Mungu.

Kiti cha enzi cha Shetani ni mahali anapokaa Shetani. Inamaanisha kwamba Pergamo ilikuwa imejaa sanamu. Si rahisi kushika imani yako huku unakaa mahali palipojaa dhambi na palipofanana na maficho ya Shetani. Ni kwa sababu Shetani huleta mateso mengi sana, mitihani, na majaribu juu ya waamini ili iwe vigumu sana kwao kushika imani yao.

Katika mateso haya makali, Antipa aliuawa kama mfiadini. Ufiadini wake ulikuwa chanzo cha nguvu kwa waamini wengine kushika imani zao na kushinda. Bwana alisifu jambo hili.

Bwana anamwita Antipa 'shahidi wangu mwaminifu.' Kutoka

kwa neno la Bwana, tunaweza kuelewa vizuri imani ya Antipa. Aliutoa uovu kutoka moyoni mwake, kwa bidii akafanana na Bwana, na akahubiri injili na maisha yake yote. Huku akitimiza jukumu lake kama shahidi wa Bwana, mwishowe aliuawa kama mfiadini.

Kuna hadithi ya kupokewa kuhusu ufiadini wa Antipa. Ofisa wa Kirumi alimweka Antipa mbele ya sanamu, na akamlazimisha kuisujudu sanamu ya Mfalme.

Akasema, "Antipa, isujudu sanamu ya Mfalme wa Rumi."

Kisha Antipa akajibu, "Kuna Mfalme wa wafalme mmoja peke yake, na Bwana wa mabwana, Naye ni Yesu Kristo. Sitamsujudia yeyote mwingine."

Ofisa akakasirika, na akasema kwa sauti kuu, "Antipa, hujui kwamba ulimwengu wote uko kinyume chako?"

Kisa Antipa akajibu, "Basi, kinyume cha ulimwengu wote, ninamkiri Yesu Kristo kama Bwana wa mabwana."

Basi kutokana na hasira yake, yule ofisa akamweka katika tanuru ya shaba iliyokuwa inawaka, na akamwua. Lakini katika mateso haya na magumu ya kuogofya, washiriki wa Kanisa la Pergamo walishika imani yao.

Baadhi ya waamini ambao hawajui kweli waziwazi wanaweza kuwa na maswali kama, "Walimwamini Mungu, na walikuwa waaminifu. Basi kwa nini waliteswa na ni kwa nini wamelazimika kufa kama wafiadini?" "Kama kweli Mungu yuko hai, anaweza kuwaacha peke yao?" Lakini wakiwa wanaelewa mapenzi na upaji wa Mungu, wanaweza kutambua kwa nini mambo haya hufanyika.

Upaji wa Mungu Kupitia kwa Wafiadini

Kulikuwa na vifo vingi vya wafiadini, sio tu katika kanisa la kwanza kama vile katika Kanisa la Pergamo ambako Antipa alikufa kama mfiadini, bali pia kila mahali ambako Wakristo na Ukristo ulikaa mara ya kwanza.

Pia ndivyo ilivyokuwa na Ufalme wa Rumi ambao kiutendaji ulitawala ulimwengu wote. Raia wa Rumi walitazama Wakristo wengi wakifa kama wafiadini katika Uwanja. Waliwachukulia kuwa watu wajinga sana. Hata walifurahia jambo hili. Lakini punde, walianza kuliona kwamba si jambo la kawaida.

"Wangeweza kuwa na tabasamu nyusoni mwao na huku wanakufa?"
"Kilichowafanya wafanye hivyo ni kitu gani?"
"Huyu Yesu wanayemwamini ni nani?"

Basi wakavutiwa na Ukristo, kisha watu wengi zaidi wakataka

kujua kuhusu Ukristo. Hatimaye, watu wengi wakasikia injili na wakamkubali Yesu Kristo.

Zaidi ya hayo, wakati wa Konstantino wa 1 Mkuu, Ukristo ulikubaliwa na baadaye ukathibitishwa kama dini ya nchi. Huu ni upaji wa Mungu ambao wanadamu hawawezi kuelewa. Bila hili, Ukristo ungekuwa umeshindwa kuenea Ulaya yote na ulimwenguni kote upesi sana.

Mtu anayeishi maisha ya Kikristo kama aonavyo hawezi kushika imani anapokabiliwa na uchungu wa ufiadini na hofu ya kifo. Nafasi ni kubwa zaidi kwamba ataacha imani yake anapokabiliwa na hali kali zaidi au tishio la maisha kwa sababu hajatoa uovu moyoni mwake.

Ni wale waaminifu peke yao wenye mioyo isiyobadilika wanaweza kushika imani hata wanapokabiliwa na tishio la maisha. Wanaweza kufa kifo cha mfiadini kwa ajili ya imani yao, kufikia kiasi cha kuacha uovu na kuufikia utakaso. Wafiadini kama hao watapokea heshima kubwa na utukufu kutoka kwa Mungu. Kwa hivyo, kwao kwa kweli ni baraka kubwa.

Karipio la Bwana kwa Kanisa la Pergamo

Lakini ninayo maneno machache juu yako, kwa kuwa unao huko watu washikao mafundisho ya Balaamu, yeye aliyemfundisha Balaki atie ukwazo mbele ya Waisraeli, kwamba wavile vitu vilivyotolewa sadaka kwa sanamu, na kuzini. Vivyo hivyo wewe nawe unao watu wayashikao mafundisho ya Wanikolai vile vile. 'Basi tubu; na usipotubu, naja kwako upesi, nami nitafanya vita juu yao kwa huo upanga wa kinywa changu' (Ufunuo 2:14-16).

Hata ingawa Kanisa la Pergamo lilisifiwa, Bwana anaanza kulikemea vikali. Katika Kanisa la Pergamo, kulikuwa na Antipa aliyekufa kama mfiadini na wengine walioshika imani yao wakimfuata Antipa. Lakini kulikuwa watu wengine ambao hawakuweza kufanya hivyo.

Bwana anasema kwamba wanashika mafundisho ya Balaamu, na alikemea matendo yao vikali.

Balaamu Alijaribiwa na Pesa na Umaarufu

Basi ni akina nani waliokuwa wanashika mafundisho ya Balaamu na mafundisho ya Wanikolai? Ili tuweze kuelewa jambo hili, ni lazima tuangalie kisa kati ya Waisraeli na Balaamu ambacho kinaelezwa katika Hesabu sura ya 22-24.

Balaamu alikuwa mwana wa Beori, na aliishi karibu na mto Pethori. Aliweza kunena na Mungu. Siku moja, Balaki, mfalme wa Moabu aliomba hisani kwake. Balaki alimwomba Balaamu awalaani Waisraeli. Wakati huo, walikuwa wamepitia miaka arobaini ya maisha ya jangwani baada ya Kutoka, na walikuwa karibu kuingia Nchi ya Kanaani.

Balaki, mfalme wa Moabu alisikia kwamba Mungu alikuwa pamoja na Waisraeli, na alipojua kwamba Waisraeli walikuwa wanakuja nchini mwake, alijawa na uoga, na akamwomba Balaamu amsaidie.

Balaamu alipomwuliza Mungu mapenzi yake yalikuwa yapi, Mungu alisema, "Usiende pamoja nao; wala usiwalaani watu hawa, maana wamebarikiwa" (Hesabu 22:12).

Balaamu alipopata jibu hili kutoka kwa Mungu, akakataa mapendekezo ya Balaki. Lakini mfalme wa Moabu akawatuma viongozi wengi zaidi na waheshimiwa zaidi pamoja na fedha na dhahabu kwenda kwa Balaamu. Kisha moyo wake ukatikiswa. Pia tunaweza kuwa na hali ya aina hii maishani mwetu.

Tukiharibu jaribu kwa neno la Mungu mara moja, hatutajaribiwa tena. Lakini kama moyoni mwetu mna nafasi ya kutikiswa hata kidogo tu, hakika Shetani atatujaribu tena. Pia, hata ingawa tulionekana kulishinda kwa nje, kama hatutalishinda kutoka moyoni mwetu kabisa, Shetani anaweza kutujaribu tena.

Balaamu pia alionekana kupita mtihani wa kwanza. Lakini kwa kuwa alikuwa mroho na tamaa ya ubinafsi kwa heshima na pesa, alijaribiwa mara ya pili. Kisha Mungu akamwambia, "Kwa kuwa watu hawa wamekuja kukuita, enenda pamoja nao; lakini neno lile nitakalokuambia ndilo utakalolitenda, basi" (Hesabu 22:20).

Kutokwenda kwake yalikuwa mapenzi ya Mungu. Lakini kwa sababu Mungu alijua moyo wa Balaamu na kwa nini Balaamu alikuwa anamwuliza Mungu tena, Mungu alimwacha afanye kwa hiari yake. Hatimaye, hangeweza kushinda jaribu la pesa. Kisha Balaamu akamfundisha Balaki, mfalme wa Moabu, jinsi ya kuwatia Waisraeli katika ugumu (Hesabu 25:1-2).

Waisraeli walikuwa wamezoea mazingira rahisi ya nyikani. Walikuwa wamechoka na maisha ya nyikani.

Lakini walipokaribishwa mahali pa kuabudia sanamu, ghafula walikabiliwa na mambo ya ulimwengu. Kwa hivyo wakala chakula kilichotolewa sadaka sanamu na wakaanza kuzini na wanawake Wamoabu. Haikuwa kama siku hizi ambapo tunatahiri mioyo na kuacha dhambi kwa msaada wa Roho Mtakatifu. Hawakuweza kujizuia kuanguka katika mambo ya ulimwengu.

Kama adhabu, 24,000 wao walikufa katika tauni (Hesabu 25:9). Lakini katika 1 Wakorintho 10:8, inanakili idadi ya watu waliokufa kama 23,000.

Idaki ya waliokufa katika Hesabu, 24,000, inajumuisha Waisraeli na wanawake wa Kimoabu. Kwa upande mwingine, idadi ya waliokufa katika 1 Wakorintho, 23,000, ni idadi ya Waisraeli peke yao. Vivyo hivyo, tukisoma Biblia katika msukumo wa Roho Mtakatifu, tunaweza kupata jinsi Biblia ilivyo wazi zaidi.

Bwana anawaambia wale wanaofuata njia ya Balaamu, 'unao huko watu washikao mafundisho ya Balaamu.' Basi, funzo la kiroho ambalo ni lazima tujifunze kutoka kwa kisa cha Baalamu ni lipi?

Onyo dhidi ya Kuishi Maisha ya Kikristo Tunayofikiri Kwamba Yanafaa

Kwanza, linaonya kuhusu kuishi maisha ya Kikristo kama tunavyoona na kufanya kweli imezwe na ulimwengu. Kama tu Balaamu alivyoingia katika njia ya mauti hata ingawa alijua mapenzi ya Mungu, kuna Wakristo wengi wanaoishi maisha ya Ukristo wakiridhiana na ulimwengu. Inamaanisha kwamba wanapenda ulimwengu na mambo yaliyo ndani yake kuliko Mungu.

Hasa leo, 1 Timotheo inasema katika 6:10, "Maana shina moja

la mabaya ya kila namna ni kupenda fedha; ambayo wengine hali wakiitamani hiyo wamefarakana na Imani, na kujichoma kwa maumivu mengi." Kwa sababu ya uroho wa fedha, wanavunja Siku ya Bwana au wanaiba mafunfu ya kumi ambayo ni ya Mungu (Malaki 3:8).

Hata ingawa mtumishi wa Mungu lazima ajitoe kwa maombi na kwa huduma ya neno, kuna watumishi waroho wa pesa na heshima, au huridhiana na mamlaka ya ulimwengu.

Lakini, Mathayo 6:24 inasema, "Hakuna mtu awezaye kutumikia mabwana wawili; kwa maana atamchukia huyu, na kumpenda huyu; ama atashikamana na huyu, na kumdharau huyu. Hamwezi kumtumikia Mungu na mali." Sio tu watumishi wa Mungu, lakini pia watoto wa Mungu lazima wampende Mungu peke yake na wafuate mapenzi yake peke yake. Imani yetu lazima isiwe kama imani ya Balaamu aliyeridhiana na ulimwengu.

Hata kama ni jambo dogo, likiwa ni la kuacha kweli na kuridhiana na ulimwengu, hatimaye tutaanguka ndani yake, na Shetani atatushitaki kwa sababu yake. Kama kiasi kidogo cha chachu kinavyoweza kuenea katika mkate wote, tukichukua hata kazi kidogo ya Shetani, basi mwishowe akili yetu yote itachukuliwa na kazi za Shetani.

Mara nyingi tunaweza kuwaona wale ambao wakati mmoja walitumiwa kwa kazi ya Mungu, wakapotea, wakaachwa au wakapotoshwa, walipochafuliwa na mwili. Kulikuwa na watu kama hao kati ya washiriki wa Kanisa kule Pergamo. Huku akiwashuhudia ufiadini wa Antipa, bado kulikuwa na watu waliokuwa wanaishi maisha ya Kikristo kama walivyoona na wakaanguka katika njia ya kifo.

Bwana anawakemea vikali sio tu watu kama hao wa Kanisa kule Pergamo lakini pia wale wanaofuata matendo ya Balaamu leo, na anawaambia watubu.

Onyo dhidi ya Akili ya Kubadilika

Pili, tunapaswa kutambua ukweli kwamba ni lazima tusibadilishe akili zetu. Wengine wanasema wanampenda Mungu lakini wanaishi maisha ya Kikristo na uhuru, kama wanavyoona. Wengine huacha mapenzi ya Mungu, wakijua ni nini, kwa sababu ya tamaa yao ya pesa, umaarufu, na mamlaka ya ulimwengu. Hatupaswi kuwa kama wao.

Kwa shukrani, baada ya kupokea neema ya Mungu, watu wengine huungama, "Nitatoa maisha yangu kwa Mungu. Nitatoa maisha yangu kwa Mungu na nitamwishia Mungu." Lakini baadaye wanapokutana na ugumu maishani mwao, hubadilisha nia yao na kusema, "Kwani ni lazima niishi namna hii? Kwa nini siwezi kuishi maisha rahisi ya Kikristo kama watu wengine?"

Ni kama Balaamu aliyejua mapenzi ya Mungu, lakini alipokabiliwa na jaribu la pesa na heshima, moyo wake ukashawishika. Lakini watu wa kweli wa Mungu hawabadilishi mioyo yao hata muda ukipita au hali zikibadilika.

Watu kama hao wanaweza kupatikana katika Biblia. Kati yao,

kulikuwa na mwanamke wa Mataifa aliyependwa sana na Mungu kwa kuwa katika wema wake hakubadili moyo wake. Huyo ni Ruthu katika Agano la Kale.

Ruthu alikuwa Mmoabu. Akaolewa na Mwisraeli aliyekuwa amekimbia njaa. Mume wake akafa bila kumwachia watoto. Alikuwa na mke wa shemeji yake, Orpa aliyekuwa katika hali hiyo hiyo.
Mavyaa wake, Naomi, alijaribu kurudi mjini kwao katika nchi ya Yuda. Naomi akawashauri wakaza wanawe wawili warudi kwao. Lilikuwa ombi la ukarimu kutoka kwa Naomi. Bila hivyo, wangelazimika kuacha mji wao wa Moabu, na kwenda Yuda, nchi wasiyoijua, bila waume wala watoto.

Mara ya kwanza, wote wawili walisema watamfuata mavyaa wao hadi mwisho. Lakini Naomi alipowaomba tena, mke wa shemeji yake, Orpa akamuaga Naomi na akaenda zake. Lakini Ruthu alikuwa tofauti.

Naye Ruthu akasema,\"Usinisihi nikuache, nirejee nisifuatane nawe; maana wewe uendako nitakwenda, na wewe ukaapo nitakaa. Watu wako watakuwa watu wangu, na Mungu wako atakuwa Mungu wangu. Pale utakapokufa nitakufa nami, na papo hapo nitazikwa. Bwana anitende vivyo na kuzidi, ila kufa tu kutatutenga wewe nami" (Ruthu 1:16-17).

Inaonyesha wazi kwamba moyo wa Ruthu ulikuwa haubadiliki kamwe katika hali yoyote au tukio lolote. Moyo wake haukubadilika hata baada ya yeye kufika nchi ya Yuda, na alimtumikia mavyaa wake kwa moyo wake wote.

Na kwa sababu hiyo akapokea baraka za Mungu. Baadaye alikuwa na jamaa ya furaha na mwanamume aliyeitwa Boazi. Zaidi ya hayo, kama mwanamke wa Mataifa, jina lake lilinakiliwa katika ukoo wa Yesu.

Kama Balaamu angekuwa na moyo wa kweli usiobadilika kamwe, hangekuwa amekosa kutii mapenzi ya Mungu mbele ya jaribu lolote au mtihani wowote. Lakini katika moyo wake wa kubadilika, uroho wake wa pesa na heshima ulisisimuliwa. Akaenda katika njia mbaya na akasababisha watu wengi waingie mautini.

Tunapaswa kukumbuka kwamba funzo hili la Balaamu ni funzo ambalo Wakristo wa leo wanaoishi siku za mwisho, nyakati ambazo dhambi na uovu vimejaa, lazima walijue. Kwa kujua funzo hili hatupaswi kuishi maisha ya Kikristo kama tunavyoona. Tunapaswa kuishi maisha ya Kikristo bila kubadilisha akili zetu katika hali ya aina yoyote.

Wafuasi wa Mafundisho ya Wanikolai

Katika Kanisa la Pergamo, hakukuwa tu na watu waliofuata mafundisho ya Balaamu, bali pia kulikuwa na watu waliofuata mafundisho ya Wanikolai. Kama ilivyoelezwa katika Kanisa la Efeso, Wanikolai walikuwa kundi lililoundwa na Nikola, aliyekuwa mmoja wapo wa mashemasi saba wa kanisa la kwanza.

Kama ilivyoelezwa awali, watu wanapofuata mafundisho ya Balaamu na kuishi maisha ya Kikristo kwa kuridhiana na ulimwengu kama wanavyoona, wataanguka chini kabisa katika ulimwengu. Katika maridhiano kama hayo mwishowe watafuata mafundisho ya Wanikolai.

Madai yao yalikuwa kwamba roho ni safi haijalishi mwili utafanya dhambi kiasi gani, na kwa hivyo roho inaweza kwenda mbinguni. Tunaweza kuona jinsi fundisho hili lilivyokosea kutoka kwa Biblia (1 Wakorintho 6:9-10; 1 Wathesalonike 5:23).

1 Yohana 1:7 inasema, "Bali tukienenda nuruni, kama yeye alivyo katika nuru, twashirikiana sisi kwa sisi, na damu yake Yesu, Mwana wake, yatusafisha dhambi yote." Tunapoacha dhambi na kutembea katika nuru peke yake, ndipo tunaweza kusafishwa dhambi zetu zote na damu ya Yesu Kristo.

Tunawezaje kusema kwamba tumeokoka huku tunaishi katika dhambi? Kuishi maisha ya Kikristo inavyotufaa kutakapopita kiasi, mwishowe kutatuongoza kufuata mafundisho ya kidhehebu ambayo wanaweza kuokolewa hata wakifanya dhambi. Waamini wengine hupenda ulimwengu sana na kuona kuishi kwa kufuata neno kuwa kugumu sana. Wanavutiwa na mafundisho yanayosema kwamba wanaweza kufanya dhambi kwa kupenda na bado waokolewe. Mwishowe watalifuata.

Siku hizi kuishi maisha ya Kikristo yanayolingana na mtindo wetu wa maisha kumeenea sana, na ni lazima tuwe waangalifu sana tusifuate mafundisho kama hayo ya Wanikolai. Tukiomba bila moto, tukitoa huduma tunavyoona kwa zinakubaliwa, tukifasiri neno na kulitii jinsi tunavyoona kwamba inafaa, na tuseme, "Hivi vinatosha. Sina haja ya kufanya hivyo." Basi itakuwa hakuna tofauti na kufuata mafundisho ya Wanikolai.

Matendo ya Balaamu Yakipita Kiasi Yanaweza Kuelekeza kwa Mafundisho ya Wanikolai

Mafundisho ya Balaamu na mafundisho ya Wanikolai yote ni kuishi maisha ya Kikristo kama kila mtu anavyoona, lakini pia kuna tofauti pia katika kila fundisho.

Mafundisho ya Balaamu ni kumtumikia Mungu na mioyo miwili. Ni kupenda pesa na vitu. Ni kuridhiana kwa kupata mamlaka na heshima ya ulimwengu huku tukiungama kwamba tunampenda na kumtumikia Mungu. Ni kubadilisha moyo ambao mwanzo ulikuwa umejitoa kwa Mungu, lakini baadaye utamani ulimwengu. Hatimaye, huanguka katika njia ya mauti.

Lakini kitendo cha Wanikolai ni tofauti na hili. Huku wakitenda dhambi, wanafundisha wengine kwamba utendaji wa dhambi hauna uhusiano wowote na wokovu hivi kwamba huwajaribu wengine waingie katika njia ya mauti pamoja.

Mafundisho ya Wanikolai yanapinga kusulubiwa kwa Yesu kwa ajili yetu.

Yesu aligongwa misumari miguuni mwake na mikononi mwake ili atukomboe kutoka kwa dhambi zetu tunazozifanya kwa matendo. Lakini wao wanasema tutaokolewa hata tukiendelea kufanya dhambi. Huko ni kumkana Bwana aliyetununua kwa bei ya damu yake.

Kama Wagalatia 5:13 inavyosema, "Maana ninyi, ndugu, mliitwa mpate uhuru; lakini uhuru wenu usiwe sababu ya kuufuata mwili, bali tumikianeni kwa upendo," tunawekwa huru kutoka kwa dhambi na tumepata uhuru kwa sababu ya Yesu Kristo, na ni lazima tusibadilishe uhuru huo na nafasi za kimwili.

Kwa kweli, kufanya dhambi kwenyewe si kitendo cha Wanikolai. Mwamini mpya anapokuwa na imani dhaifu, hana nguvu za kutosha kushika neno, na wakati mwingine hufanya dhambi na kutubu na kugeuka. Anapopitia mambo haya, polepole huacha dhambi.

Lakini tunapaswa kukumbuka kwamba tukiendelea kufuata matendo ya Balaamu na kuridhiana na ulimwengu, tunaweza pia kushikwa na Shetani na kuathiriwa na mafundisho ya Wanikolai, tukiamini kwamba tunaweza kuokolewa hata kama tukitenda dhambi.

Mungu Anatutaka Tutubu na Tugeuke

Bwana anawaambia wale wanafuata mafundisho ya Balaamu na mafundisho ya Wanikolai "Basi tubu; na usipotubu, naja kwako upesi, nami nitafanya vita juu yao kwa huo upanga wa kinywa changu" (kif. 16).

Bwana anataja 'upanga wa kinywa changu,' na maanake ni neno

la Mungu. Kwa hivyo 'nitafanya vita juu yao kwa huo upanga wa kinywa changu' maanake ni kwamba Bwana atawajulisha na neno la Mungu jambo zuri ni lipi na baya ni lipi, ili waweze kugeuka. Ni upendo wa Mungu anayetutaka tutubu na tugeuke.

Mtu anapoenda njia mbaya, mtu mwingine anaweza kumshauri au kumkemea na neno la Mungu. Kama huyo mtu anaweza kuelewa na kugeuka, ni baraka. Lakini kuna wale ambao hawawezi kusikia hata ingawa wana masikio. Ni wale ambao masikio yao ya kiroho yamezibwa.

Kama tu Mithali 22:17 inavyosema, "Tega sikio lako uyasikie maneno ya wenye hekima, na kuuelekeza moyo wako kwa maarifa yangu." Kama sisi ni watoto wa Mungu, ni lazima tuweze tutege masikio yetu kwa neno la Mungu ambalo ndilo kweli. Hata kama neno linaonekana kuwa fimbo kwetu, ni lazima tulipatie usikivu zaidi, tupate utu wetu wa kweli, na tugeuke. Kisha neno litakuwa dawa nzuri kwetu na liwe manufaa na ndani ya kuondoa dhambi.

Lakini wale wenye kiburi na waliojaa uovu mioyoni mwao hawatasikia neno la Mungu ambalo ni karipio na kemeo. Masikio yao yatataka kusikia mambo maovu. Mithali 17:4 pia inasema, "Mtenda mabaya husikiliza midomo ya uovu; na mwongo hutega sikio lake kusikiliza ulimi wa madhara."

Tunapaswa kutambua mwisho wa vitu vyote umekaribia; kuwa na maamuzi timamu na umakini kwa ajili ya maombi, na uweke usikivu kwa kweli peke yake. Tusiathiriwe na mawazo potovu. Hata kama tuliathiriwa, ni lazima tusikie sauti ya Mungu anayetaka tutubu na tugeuke upesi.

Ahadi ya Bwana Iliyotolewa kwa Kanisa la Pergamo

Yeye aliye na sikio, na alisikie neno hili ambalo Roho ayaambia makanisa. Yeye ashindaye nitampa baadhi ya ile mana iliyofichwa, nami nitampa jiwe jeupe, na juu ya jiwe hilo limeandikwa jina jipya asilolijua mtu ila yeye anayelipokea(Ufunuo 2:17).

Ni lazima tusikie sauti ya Roho Mtakatifu na tuiweke akilini. Tukiwa tunafuata sehemu yoyote ya matendo ya Balaamu au mafundisho ya Wanikolai, ni lazima tutubu na tugeuke. Tunaweza kushinda kama hatutaacha imani yetu kwa Bwana hadi mwisho. Kwa hawa watu, Bwana aliahidi kwamba angewapatia mana iliyofichwa na jiwe jeupe.

Ahadi ya Uzima wa Milele Tunayopewa Tunapotubu

Mana iliyofichwa ni Bwana wetu, Yesu Kristo. Mana ilikuwa chakula kilichopewa Waisraeli walipokuwa wakipitia jangwani baada ya Kutoka. Kutoka 16:31 inaeleza kwamba 'kilikuwa mfano wa chembe za mtama, nyeupe; na tamu yake ilikuwa kama tamu ya maandazi membamba yaliyoandaliwa kwa asali.' Ilikuwa ya kuhifadhi maisha yao ya kimwili tu.

Lakini Yohana 6:49-51 inasema, "Baba zenu waliila mana jangwani; wakafa. Hiki ni chakula kishukacho kutoka mbinguni, kwamba mtu akile wala asife. Mimi ndimi chakula chenye uzima kilichoshuka kutoka mbinguni; mtu akila chakula hiki, ataishi milele. Na chakula nitakachotoa mimi ni mwili wangu, kwa ajili ya uzima wa ulimwengu."

Kiroho, mana ni mwili wa Bwana, ambalo ni neno la Mungu. Ina maana kwamba wale wanaolila watapata uzima wa milele.

Kutupatia mana iliyofichwa maanake ni kwamba tunaweza kuokolewa kupitia kwa Yesu Kristo. Hata kwa wale walioishi maisha ya Kikristo kama walivyoona na wale waliofuata mafundisho ya madhehebu, wanaweza kupewa ahadi ya uzima wa milele wakitubu na kugeuka.

Basi ni kwa nini Bwana alisema kwamba hii mana ilifichwa?

1 Wakorintho 2:7-8 inasema, "Bali twanena hekima ya Mungu katika siri, ile hekima iliyofichwa, ambayo Mungu aliiazimu tangu milele, kwa utukufu wetu; ambayo wenye kuitawala dunia hii hawaijui hata mmoja; maana kama wangaliijua, wasingalimsulibisha Bwana wa utukufu."

Ukweli kwamba Yesu alikuja duniani katika mwili na akafa

msalabani kuwakomboa wanadamu kutoka kwa dhambi zao ulikuwa upaji wa Mungu uliokuwa umepangwa tangu kabla ya mwanzo wa wakati. Lakini hiyo siri haikuweza kufunuliwa kwa mtu yeyote mpaka wakati ukafika, kwa hivyo ilikuwa lazima ufichwe. Hiyo ndiyo sababu Yesu Kristo anaitwa 'mana'; mana iliyofichwa.

Maana ya Jiwe Jeupe

Sasa, Bwana anasema atawapa jiwe jeupe. Hili jiwe jeupe ni nini? Kama tu 1 Wakorintho 10:4 inavyosema, "Wote wakanywa kinywaji kile kile cha roho; kwa maana waliunywea mwamba wa roho uliowafuata; na mwamba ule ulikuwa ni Kristo." 'Jiwe' ni Bwana wetu, Yesu Kristo.

Na rangi 'nyeupe' inamaanisha hakuna dhambi na uovu. Kwa hivyo jiwe jeupe hapa linamwonyesha Yesu Kristo asiye na lawama wa mawaa, ambaye hana dhambi yoyote na giza lolote.

'Kuwapa jiwe jeupe' maanake ni kwamba imani yetu inakua na kusimama juu ya jiwe la imani kwa kula mana, chakula cha kiroho na kwa kutekeleza neno.

Sasa Bwana wetu anasema kwamba kuna jina jipya litakaloandikwa juu ya jiwe jeupe. Matendo 4:11-12 inasema, "Yeye ndiye jiwe lile lililodharauliwa na ninyi waashi, nalo limewekwa kuwa jiwe kuu la pembeni. Wala hakuna wokovu katika mwingine awaye yote, kwa maana hapana jina jingine chini ya mbingu walilopewa wanadamu litupasalo sisi kuokolewa kwalo." Jina ni Yesu Kristo.

Na ni wale peke yao wanaosikia neno la kweli, na kulitekeleza, na kusimama juu yake kwa imani wanaweza kutambua jina hili la Bwana wetu, Yesu Kristo.

Lakini, je, wale watu kule nje ulimwenguni pia, hawamjui Yesu Kristo? La, hawamjui. Wanajua tu maana ya kimwili. Wanamjua Yesu Kristo kama mmoja wapo wa Watakatifu Wanne. Hawajui ukweli kwamba Yesu Kristo ndiye Mwokozi wetu peke yake. Kwa hivyo hawawezi kusema kwamba "wanamjua" Yesu Kristo.

Lakini kile ambacho nahuzunika kwacho ni hiki, hata kati ya waamini kuna watu ambao hawalijui jina la Bwana. Hata ingawa wanaenda kanisani, hata ingawa wanaungama kwamba wanamwamini Bwana, haimaanishi kwamba wanamjua Bwana. Ni wakati tu wanaposhika neno la kweli, ndipo tunaweza kusema kwa kweli wanalijua jina la Bwana.

Ili waweze kupokea mana iliyofichwa na jiwe jeupe, ni lazima wawe wamoja wapo wa wale watakaoshinda. Kushinda ni kuishi katika kweli, kwa kupinga dhambi za giza, na kusonga mbele na imani isiyobadilika.

Ni wale peke yao wanaoshinda ndio wanaweza kupokea mana na jiwe jeupe ambalo juu yake limeandikwa jina la Bwana ili waweze kuelewa Yesu Kristo ni nani, waamini, waweke tumaini lao mbinguni na waishi katika furaha na shukrani.
Ujuzi tu bila matendo hauwezi kuwafanya wakue katika imani. Hawawezi kuamini kweli katika Yesu Kristo ni nani. Hawawezi kuweka jina hilo mioyoni mwao.

Watu wengine hawaishi kwa kufuata neno la Mungu na wanatoa vijisababu kwa kunukuu vifungu vya Biblia, "roho inapenda, lakini mwili ni mdhaifu." Wanajaribu kujihesabia haki wenyewe na hili. Lakini hiki ni kijisababu tu peke yake. Wakitaka kweli kuishi katika neno, kutakuwa na matendo.

Wanalitaka tu katika akili zao, lakini hawataki kulitenda kutoka vilindi vya mioyo yao. Jambo likiamuliwa kutoka kilindi cha moyo, kuna hatua ambayo kwa kweli itafuata.

Mtu akipokea mana kutoka kwa Bwana na jina la Yesu Kristo ambalo ndio siri iliyokuwa imefichwa kabla ya wakati, basi anajua na anaamini jina kutoka moyoni mwake. Na kwa hivyo, matendo yake yatafuata.

Kwa watu kama hao, Bwana anasema, "Ninakujua," na hutoa neno la ahadi kama Yohana 10:28 inasema, "Nami nawapa uzima wa milele; wala hawatapotea kamwe; wala hakuna mtu atakayewapokonya katika mkono wangu."

Ni Wale Peke yao Wanaotenda katika Kweli Wanapata Uzima wa Milele.

Watu wengi husema wanamjua Mungu na kumwamini, lakini si wote kiri imani yao kwa Mungu, lakini si wote wanaoona uwezo wake.

Yohana 3:36 inasema, "Amwaminiye Mwana yuna uzima wa milele; asiyemwamini Mwana hataona uzima, bali ghadhabu ya Mungu inamkalia." Vivyo hivyo, tunapoamini na kutii mafundisho ya Bwana na kushinda dhambi na uovu peke yake, ndipo tunaweza kupokea ahadi ya wokovu kupitia kwa Yesu

Kristo. Hawa ndio wanaolijua jina la Yesu Kristo.

Kumjua Bwana tu peke yake hakutoshi. Ni lazima Bwana mwenyewe pia atujue sisi.

Yohana 10:25-27 inaonyesha wazi wale ambao Bwana huwambia "Ninakujua." Anasema, "Naliwaambia, lakini ninyi hamsadiki. Kazi hizi ninazozifanya kwa jina la Baba yangu ndizo zinazonishuhudia. Lakini ninyi hamsadiki, kwa sababu hammo miongoni mwa kondoo wangu. Kondoo wangu waisikia sauti yangu; nami nawajua, nao wanifuata."

Pia, 1 Yohana 1:6-7 inasema, "Tukisema ya kwamba twashirikiana naye, tena tukienenda gizani, twasema uongo, wala hatuifanyi iliyo kweli; bali tukienenda nuruni, kama yeye alivyo katika nuru, twashirikiana sisi kwa sisi, na damu yake Yesu, Mwana wake, yatusafisha dhambi yote."

Mtu anayeenenda katika nuru na kutenda mambo katika kweli, peke yake, ndiye mwenye ushirikiano na Mungu. Mtu wa namna hiyo ndiye ambaye kweli anamjua Mungu na Bwana, na anaweza kusamehewa dhambi zake zote na damu ya Yesu Kristo.

Yesu alizungumza kuhusu kweli na wema peke yake, na akaonyesha miujiza mingi na maajabu mengi katika jina la Baba Mungu. Lakini katika siku zake, kuna watu ambao hawakuamini. Kwao wao alisema, "Hamsadiki, kwa sababu hammo miongoni mwa kondoo wangu" (Yohana 10:26).

Kama wao ni kondoo wa kweli wa Bwana, watamwamini Bwana kwa neno lake na matendo yake. Kama wanamwamini, watasikia sauti yake na watamfuata. Kondoo kama hao ni kondoo wa Bwana, na Bwana anasema, "Ninyi ni kondoo wangu. Ninawajua."

Kwa hivyo, tunapaswa kulitii neno la Mungu, kutekeleza kweli, na kupata ahadi ya uzima wa milele iliyotolewa na Bwana, ili tuweze kuzaa matunda mengi katika vipengele vyote vya maisha yetu.

SURA YA 4

KANISA LA THIATIRA:
- Kuridhiana na Ulimwengu na Kula Vitu Vilivyotolewa Sadaka kwa Sanamu

Kanisa la Thiatira lilikuwa na matendo mengi kuliko lilivyokuwa awali katika kutimiza ufalme wa Mungu. Walisifiwa na Bwana kwa jambo hilo. Lakini walilazimika kukemewa na Bwana kwa kula chakula kilichotolewa sadaka kwa sanamu; kumvumilia nabii mke wa uongo, Yezebeli; na kuridhiana na ulimwengu.

Huu ni ujumbe unaopewa makanisa na waamini wanaoridhiana na ulimwengu, na wanaoishi maisha ya Kikristo kama wanavyoona.

Ufunuo 2:18-29

Na kwa malaika wa kanisa lililoko Thiatira andika: Haya ndiyo anenayo Mwana wa Mungu, yeye aliye na macho yake kama mwali wa moto, na miguu yake mfano wa shaba iliyosuguliwa sana. 'Nayajua matendo yako na upendo na imani na huduma na subira yako; tena kwamba matendo yako ya mwisho yamezidi yale ya kwanza.

Lakini nina neno juu yako, ya kwamba wamridhia yule mwanamke Yezebeli, yeye ajiitaye nabii na kuwafundisha watumishi wangu na kuwapoteza, ili wazini na kula vitu vilivyotolewa sadaka kwa sanamu. Nami nimempa muda ili atubu, wala hataki kuutubia uzinzi wake. Tazama, nitamtupa juu ya kitanda, na hao wazinio pamoja naye, wapate dhiki kubwa wasipotubia matendo yake. Nami nitawaua watoto wake kwa mauti. Na makanisa yote watajua ya kuwa mimi ndiye achunguzaye viuno na mioyo. Nami nitampa kila mmoja wenu kwa kadiri ya matendo yake.

Lakini nawaambia ninyi wengine mlioko Thiatira, wo wote wasio na mafundisho hayo, wasiozijua fumbo za Shetani, kama vile wasemavyo— Sitaweka juu yenu mzigo mwingine.

Ila mlicho nacho kishikeni sana, hata nitakapokuja.

Na yeye ashindaye, na kuyatunza matendo yangu hata mwisho, nitampa mamlaka juu ya mataifa; naye atawachunga kwa fimbo ya chuma, kama vyombo vya mfinyanzi vipondwavyo, kama mimi nami nilivyopokea kwa Baba yangu. Nami nitampa ile nyota ya asubuhi. Yeye aliye na sikio, na alisikie neno hili ambalo Roho ayaambia makanisa.

Barua ya Bwana kwa Kanisa la Thiatira

Na kwa malaika wa kanisa lililoko Thiatira andika: Haya ndiyo anenayo Mwana wa Mungu, yeye aliye na macho yake kama mwali wa moto, na miguu yake mfano wa shaba iliyosuguliwa sana (Ufunuo 2:18).

Wakati huo, Thiatira ilikuwa inafurahia ufanisi katika biashara na utengenezaji wa bidhaa. Watu waliofanya kazi moja walijipanga katika makundi ambayo leo yanafanana na vyama vya ushirika. Kulikuwa na vyama vya watia rangi, vyama vya wafumaji, vyama vya waokaji, vyama vya wafinyanzi, vyama vya wafuachuma, na kadhalika. Vyama hivi vilifumana sana na maisha ya raia wa Thiatira. Kama mtu hakujiunga na chama, angeweza kutatizika katika usimamizi wa maisha yake ya kila siku.

Lakini tatizo lililokuwako ni kwamba kila chama kiliabudu mungu mwangalizi wake. Shughuli ya kazi yenyewe ya chama hicho kihulka ilikuwa ya kidini. Katika mikutano ya vyama vyao walifanya matambiko kwa miungu wao waangalizi. Baada ya matambiko, walikula chakula kilichotolewa sadaka sanamu na wanachama walilazimishwa kushiriki katika kiuasherati na uzinifu. Wanachama walikuwa ni lazima wahudhurie hata kama hawapendi.

Tunaweza kudhania kirahisi jinsi ilivyokuwa vigumu kwao kushika imani yao. Waamini katika Kanisa la Thiatira pia walilazimika kujiunga na vyama hivyo ili wapate riziki zao. Na baadhi yao walishiriki katika matambiko na desturi za uzinzi, ili wasipoteze misingi ya riziki zao.

Macho ya Bwana ni kama mwali wa moto, na miguu yake mfano wa shaba iliyosuguliwa sana.

Katika kifungu cha 18, inaeleza mwonekano wa Bwana anayemwandikia malaika wa Kanisa lililoko Thiatira. Inasema, "Mwana wa Mungu, yeye aliye na macho yake kama mwali wa moto, na miguu yake mfano wa shaba iliyosuguliwa sana." Maanake ni kwamba macho yake hung'aa sana kama moto katika giza na kuleta hisia za joto.

Wakati huo huo, macho yake ni kama mwali wa moto unaochoma dhambi zote na uovu wote, na kuchanganua waziwazi kweli kutoka kwa yale yasiyokuwa kweli. Bwana anatumia macho yake kama mwali wa moto kuupeleleza moyo wa kila mtu, mawazo na akili. Hiyo ndiyo sababu inasema macho yake ni kama mwali wa moto.

Maana ya 'Miguu yake mfano wa shaba iliyosuguliwa' ni nini? Ufunuo 1:15 pia inasema, "Miguu yake mfano wa shaba iliyosuguliwa." Tunaposafisha dhahabu, fedha, au shaba katika kiwango cha joto cha juu sana kwa kutumia tanuru, uchafu wowote ndani yao hutolewa.

Jinsi inavyozidi kuwa safi ndivyo thamani yake inavyozidi kupanda. Inang'ara zaidi na kuwa nzuri zaidi kuliko ilivyokuwa kabla ya kusafishwa. Miguu ya Bwana wetu ni safi na angavu kama shaba iliyosafishwa na kusuguliwa. Tunaweza kusema kwamba mguu ni moja wapo ya sehemu za mwili wa mwanadamu iliyo chafu zaidi. Lakini Bwana wetu ni msafi hata miguu yake, kwa kuwa ni mkamilifu na mtakatifu.

Sababu inayofanya Biblia iseme macho ya Bwana ni mfano wa mwali wa moto na miguu yake kama shaba iliyosuguliwa ni kwa sababu ya vile Mungu anavyotaka tutambue kwa mara nyingine jinsi Bwana wetu alivyo mkuu na mwenye utukufu.

Pia, inaweka mkazo kwamba Bwana ni Mwana wa Mungu. Anahukumu vitu vyote. Ni mtakatifu sana na mkuu na ni kitu kimoja na mwenyezi Mungu Muumba. Atahukumu vitu vyote. Hawezi kulinganishwa na kiumbe chochote kama mwanadamu au sanamu inayotengenezwa na mwanadamu. Anastahili utukufu wa mwisho.

Yohana 20:31 inasema, "Lakini hizi zimeandikwa ili mpate kuamini ya kwamba Yesu ndiye Kristo, Mwana wa Mungu; na kwa kuamini mwe na uzima kwa jina lake." 1 Yohana 4:15 inasema, "Kila akiriye ya kuwa Yesu ni Mwana wa Mungu, Mungu hukaa ndani yake, naye ndani ya Mungu."

Yule peke yake ambaye ni lazima tumwabudu na kumtumikia ni Bwana Yesu ambaye ni kitu kimoja na Mungu. Lazima tusiabudu kitu au kiumbe chochote.

Mambo ya Leo Yaliyofanana na yale ya Kanisa la Thiatira

Leo, makanisa mengine hukubali itikadi za kienyeji za maeneo tofauti kwa kisingizio cha kuchukuliana na dini za kiasili.

Kanisa moja linawaruhusu Wakorea wawaabudu mababu zao. Wanasema wanamwamini Mungu wa Pekee na Yesu Kristo kama Mwokozi wao, lakini wanafanya jambo kama hili. Kwa kweli, kupongeza matendo ya mababu na kushukuru kwa yale waliyotimiza si vibaya. Lakini, wakati matambiko ya sadaka yanavumiliwa kwa sababu za kutimiza maadili, hatimaye itawaongoza kupinga kweli ambalo ni neno la Mungu.

1 Wakorintho 10:20 inasema wazi, "Sivyo, lakini vitu vile wavitoavyo sadaka wavitoa kwa mashetani, wala si kwa Mungu; nami sipendi ninyi kushirikiana na mashetani."

Hivi karibuni, makanisa mengine ya kiprotestanti pia yalisema jambo kama hilo na kuungana na dini nyingine zinazoabudu sanamu, wakiwabariki. Wanasema kwamba kufanya hivyo ni kuwa na moyo mkarimu, kutafuta umoja wa wanadamu wote.

Lakini Mungu hapendezwi wakati makanisa yanaposhikana mikono pamoja na dini nyingine zinazoabudu sanamu. Kutuma pongezi katika sikukuu ya miungu ya Mataifa, au kuwaleta waabudu sanamu katika hekalu la Mungu ni kumkufuru Mungu. Hata kama hawana nia ya kumkufuru Mungu, wanaenda kinyume na mapenzi ya Mungu na kwa kweli kumpinga, kutojua kweli halisi.

Matendo Yafanyikayo Kwa Kutokuwa na Ujuzi wa Kweli

Kumtumikia na kumwabudu Bikira Maria, aliyemchukulia mimba kwa Roho Mtakatifu, ni kisa kifani cha hali ya kutoelewa kwali vizuri. Kwa kweli, hawasemi kwamba wanamwabudu Bikira Maria kama sanamu. Wanasisitiza kwamba wanamwonyesha heshima yao ya juu kwa sababu alimzaa Mwokozi, Bwana Yesu.

Lakini ukweli ni kwamba wanawaongoza wale ambao hawawezi kuchanganua kweli waziwazi kwa sababu hawajui kweli, kusujudu na kuomba mbele ya sanamu ya mwanadamu aliyeumbwa, kiumbe cha kawaida.

Katika Yohana 19:26-27, "Basi Yesu alipomwona mama

yake, na yule mwanafunzi aliyempenda amesimama karibu, alimwambia mama yake, Mama, tazama, mwanao!' Kisha akamwambia yule mwanafunzi, 'Tazama, mama yako!' Na tangu saa ile mwanafunzi yule akamchukua nyumbani kwake."

Yesu alipomwambia Bikira Maria, "mwanao," alimwonyesha mwanafunzi wake Yohana, aliyekuwa amesimama hapo karibu, na Yesu akamwita 'mwanao.' Yesu hakujiita 'Mwana.' Yesu pia alimwita Bikira Maria, "mwanamke." Hakumwita "Mama."

Hakuna mahali katika Biblia ambapo Yesu aliwahi kumwita Bikira Maria 'mama.' Katika Yohana sura ya 2, Yesu alipogeuza maji yakawa divai, alimwambia Bikira Maria, "Mwanamke, tuna nini mimi nawe? Saa yangu haijawadia" (kif. 4). Alimwita Bikira Maria, 'Mwanamke.'

Katika Kutoka 3:14, Mungu anasema, "MIMI NIKO AMBAYE NIKO." Hakuna aliyemzaa Mungu. Hakuna aliyemuumba Mungu. Kwa hivyo, Yesu, ambaye kiasili ni mmoja na Mungu Baba, hawezi kumwita Bikira Maria, kiumbe tu, 'mama.'

Yesu hakutungwa na mbegu ya Yusufu au yai kutoka kwa Maria. Alitungwa kwa uwezo wa Mungu Roho Mtakatifu peke yake. Mungu mwenyezi anaweza kutungisha mimba hata bila muungano wa mbegu na yai. Yesu aliomba tu mwili wa Maryamu.

Na Kutoka 20:3-5 inasema, "Usiwe na miungu mingine ila mimi. Usijifanyie sanamu ya kuchonga, wala mfano wa kitu cho chote kilicho juu mbinguni, wala kilicho chini duniani, wala kilicho majini chini ya dunia. Usivisujudie wala kuvitumikia." Wanaweza kuona kwamba hawaabudu sanamu, lakini kwa sababu ya mifumo iliyotengenezwa na fikira za wanadamu, watu wengine huabudu sanamu na kwenda kinyume cha mapenzi ya Mungu.

Wakiendelea kupinga kweli, huku wanajua mapenzi ya Mungu, hawawezi kupokea neema ya Mungu wala msaada wa Roho Mtakatifu. Kwa hivyo wataingia katika utawala wa Shetani.

Namna Nyingine za Kupinga Kweli

Zaidi ya hayo, katika maeneo mengi tofauti ya maisha kuna mifano mingi ya mambo yaliyo kinyume na kweli. Kwa mfano, makanisa mengine huruhusu uvutaji na unywaji. Je, kwa kweli inakubalika? Uvutaji na unywaji wenyewe unaweza kuwa si tatizo. Tatizo ni kwamba husababisha au kuelekeza katika mambo mengi yenye dhambi.

1 Wakorintho 3:17 inasema, "Kama mtu akiliharibu hekalu la Mungu, Mungu atamharibu mtu huyo. Kwa maana hekalu la Mungu ni takatifu, ambalo ndilo ninyi." Kama ilivyosemwa, mili yetu ni hekalu takatifu la Mungu, na ni lazima tusliharibu na uvutaji na unywaji.

Pia, kuna watu wengine ambao hawaungami dhambi zao

mbele za Mungu, bali mbele za wengine wanachukua nafasi ya wapatanishi. Yesu Kristo mwenyewe alikuwa Mpatanishi wetu na akatukomboa kutoka kwa dhambi zote, hivyo basi tukawa watoto wa Mungu. Kwa hivyo, inamwathirije Yesu kuona aina hii na hii ya watu?

Yesu alipokata roho pale msalabani, pazia ya hekalu ilipasuka mara mbili kuanzia juu hadi chini. Ilipaswa kufungua njia kwa ajili yetu ili tuwasiliane na Mungu moja kwa moja. Katika Agano la Kale, kuhani mkuu alitoa sadaka kwa niaba ya watu ili wasamehewe dhambi. Lakini kwa Yesu Kristo alikuwa sadaka yetu ya ondoleo la dhambi, tuliwezeshwa kuwasiliana na Mungu moja kwa moja.

Mtu yeyote anayemwamini Yesu Kristo anaweza kuingia hekalu takatifu la Mungu na kumwabudu. Tunapoomba, tunaweza kumwomba Mungu moja kwa moja, bila kupitia kwa kuhani au nabii yeyote.

Zaidi ya hayo, hata mtu akisema, "Dhambi zako zimesamehewa," dhambi zetu haziwezi kusamehewa kwa maneno tu peke yake. Ni Mungu peke yake anayeweza kusamehe dhambi.

Mtu anaweza kuuliza, "Basi Bwana alipowaambia wanafunzi wake baada ya kufufuka, 'Wo wote mtakaowaondolea dhambi, wameondolewa; na wo wote mtakaowafungia dhambi, wamefungiwa' kama ilivyoandikwa katika Yohana 20:23 ilikuwa ina maanisha nini"? Lakini kuna suala katika maneno haya hivi kwamba hayawezi kutumiwa kila mahali na kila mtu.

Huyo mtu lazima awe mtu ambaye amekuwa mmoja na Mungu na Bwana na anapendwa na kuhakikishiwa na yeye. Kama inavyosemwa katika Yakobo 5:16, "Kuomba kwake mwenye haki kwafaa sana." Maombi ya mtu anayependwa na kuthibitishwa na Mungu yanaweza kuteremsha huruma na rehema za Mungu.

Lakini haimaanishi kwamba mtu anaweza kusamehewa dhambi bila masharti. Ufunguo wa kupokea msamaha wa dhambi una mtu mwenyewe.

1 Yohana 1:7 inasema, "Bali tukienenda nuruni, kama yeye alivyo katika nuru, twashirikiana sisi kwa sisi, na damu yake Yesu, Mwana wake, yatusafisha dhambi yote." Tunaweza kusamehewa kupitia damu ya thamani ya Yesu Kristo tunapotubu dhambi kabisa na kugeuka, na kuenenda katika nuru peke yake.

Tukiwa bado tunaenenda katika giza bila kutubu na kugeuka, basi haijalishi ni mara ngapi mtu anayependwa na kuhakikishiwa na Mungu atatuombea, Mungu hatatusamehe.

Kumuomba Mungu tupokee msamaha kupitia kwa mpatanishi kunadhihirisha kutoelewa Biblia vizuri, kuko mbali sana na mapenzi ya Mungu.

SIFA ZA BWANA KWA KANISA LA THIATIRA

Nayajua matendo yako na upendo na imani na huduma na subira yako; tena kwamba matendo yako ya mwisho yamezidi yale ya kwanza (Ufunuo 2:19).

Yesu anaambia Kanisa la Thiatira, "Nayajua matendo yako na upendo na imani na huduma na subira yako; tena kwamba matendo yako ya mwisho yamezidi yale ya kwanza." Mtu anaweza kuona kwamba kwa kweli hizi ni sifa za Bwana, lakini kwa kweli sizo. Ni kwamba tu matendo yao ya mwisho yalizidi yale ya kwanza.

Tofauti na Kanisa la Efeso waliopoteza upendo wao wa kwanza na wakakemewa na Bwana, Kanisa la Thiatira lilikuwa na matendo mengi zaidi muda ulipopita.

Upendo, Imani, Huduma, na Saburi ya Kanisa la Thiatira

Kwanza walisifiwa kwa kazi yao. Hapa, kazi yao hakuhusiana na aina fulani ya tasnia au biashara, bali inahusiana na matendo ya kazi katika Bwana. Ni matendo ya kazi kwa ajili ya ufalme wa Mungu na ni kila kitu kilichofanywa katika Bwana kinachojumuisha kuokoa roho.

Kuhubiri injili, kutembelea watu, kazi za umishenari, kazi kusaidia, kuwa waaminifu kwa majukumu waliyopewa na Mungu, na kuwatumikia wengine ni mifano ya kazi kama hizo.

Lengo la kanisa ni kuokoa roho peke yake na kwa ajili ya ufalme wa Mungu. Watu wengine hufanya biashara hii au ile wakisema kwamba wanaifanya kwa ajili ya ufalme wa Mungu, lakini lengo halisi katika mioyo yao ni kwa ajili ya manufaa yao wenyewe.

Katika kisa kama hiki, Mungu hafurahii, na kutakuwa na matatizo. Kwa hivyo, hakupaswi kuwa na chochote kilicho na uhusiano na kufanya biashara yoyote ya kilimwengu katika kanisa. Zaidi ya hayo, Mungu hapendezwi nasi tunapokuwa na mazungumzo yanayohusiana na biashara za kilimwengu ndani ya kanisa.

Kisha, kulikuwa na upendo katika Kanisa la Thiatira. Ni lazima kuwe na upendo katika Bwana, na upendo huu lazima uwe ule upendo usiobadilika aliotuonyesha Bwana. Huu ndio upendo wa kiroho na wa kweli, na wale wenye upendo kama huo peke yao ndio watu wa Mungu.

Ni mapenzi ya Mungu kwetu sisi kwamba tupendane (1 Yohana 4:7-8), na ndiyo amri mpya tuliyopewa. Ni lazima tumpende Mungu kwanza, na ni lazima tuwapende jirani zetu kama tunavyojipenda.

Kanisa la Thiatira pia lilikuwa na imani. Imani ina uhusiano wa moja kwa moja na ukweli. Mtu hawezi kuamini wengine yeye mwenyewe akiwa mwongo moyoni mwake. Ni wakati tu mtu anapokuwa mkweli moyoni mwake ndipo anaweza kuona na kujua kweli ndani ya wengine na aweze kuwategemea na kuwaamini.

Hivyo ndivyo ilivyo kwa imani. Jinsi tutakavyokuwa na kweli mioyoni mwetu, ndivyo tunaweza kuamini neno la Mungu ambalo ni kweli. Waebrania 10:22 inasema, "Na tukaribie wenye moyo wa kweli, kwa utimilifu wa imani." Tunapokuwa na mioyo ya kweli, tunaweza kuwa na imani ya kweli.

Na kulikuwa na kutumikiana katika Kanisa la Thiatira. Hata ingawa Bwana alikuwa yuna namna ya Mungu, hakuona kule kuwa sawa na Mungu kuwa ni kitu cha kushikamana nacho (Wafilipi 2:6).

Kama ilivyoandikwa katika Marko 10:45, inayosema, "Kwa maana Mwana wa Adamu naye hakuja kutumikiwa, bali kutumika, na kutoa nafsi yake iwe fidia ya wengi," Yesu alikuja ili atutumikie, sio kutumikiwa.

Kwa hivyo, kama watoto wa Mungu, ni lazima tuige mfano wake, na tutumikiane. Lakini utumishi anaotaka Mungu kutoka kwetu na utumishi unaotoka kilindi cha moyo wa mtu yeyote.

Ni lazima tuwaone wengine kuwa bora kuliko sisi tunapowatumikia. Kisha, tunaweza kutumika sio tu kwa nje, lakini kutoka vilindi vya mioyo yetu. Pia tunaweza kuheshimiwa na kutumikiwa na wengine kwa moyo mmoja.

Mwisho, Kulikuwa na Saburi katika Kanisa la Thiatira. Mathayo 7:13-14 inasema, "Ingieni kwa kupitia mlango ulio mwembamba; maana mlango ni mpana, na njia ni pana iendayo upotevuni, nao ni wengi waingiao kwa mlango huo. Bali mlango ni mwembamba, na njia imesonga iendayo uzimani, nao waionao ni wachache."

Kwa kuwa njia inayotupeleka mbinguni ni nyembamba, ili tuweze kutembea katika njia ile, ni lazima tuwe na saburi. Ni lazima tujitahidi kupigana na dhambi kufikia kiasi cha kumwaga damu. Ni lazima tuombe na kufunga, na kuwa waaminifu kwa ajili ya ufalme wa Mungu. Wakati mwingine tunaweza kuteseka kwa ajili ya jina la Bwana.

Imani yetu inapokuwa dhaifu, tunaweza kufikiri ni vigumu, na tunataka kupumzika. Lakini, Warumi 8:18 inasema, "Kwa maana nayahesabu mateso ya wakati huu wa sasa kuwa si kitu kama utukufu ule utakaofunuliwa kwetu." Kwa kuwa tunajua jinsi tunda litakavyokuwa kubwa baada ya kuvumilia mambo haya yote, tunaweza kuinuka tena na kuenenda katika njia nyembamba.

Na kwa kweli, kuanzia wakati tunaposimama juu ya mwamba wa imani, hatutahisi tena kuhisi kwamba tunalazimishwa kuenenda katika njia nyembamba kwa saburi. Warumi 5:3-4 inasema, "Dhiki, kazi yake ni kuleta saburi; na kazi ya saburi ni uthabiti wa moyo; na kazi ya uthabiti wa moyo ni tumaini." Kama ilivyosemwa, tumejaa furaha na shukrani katika hali yoyote. Tunaweza kuenenda katika njia ya mbinguni na mioyo ya amani.

Mungu Anataka Ukweli wa Moyo na Imani ya Kweli

Kama ilivyoelezwa awali sifa za Bwana kwa Kanisa la Thiatira hazikuwa sifa halisi. Hazikuwa kwa sababu matendo yao, upendo wao, na imani yao ilikuwa sawa katika roho ya Mungu, bali matendo yao ya mwisho yalizidi yale ya kwanza.

Matendo yao ya mwisho yalizidi yale ya kwanza, na ni kwamba 'matendo' yao ya nje yalikuwa mengi zaidi. Kwa kweli ulikuwa ushauri kutoka kwa Bwana akiwataka watambue kama matendo yao mengine kwa kweli yalikuwa ya kweli.

Kwa nje, kazi zao njema zilikuwa zinazidi kuwa nyingi, lakini lengo lao hasa lilikuwa nini? Haikuwa ati kazi zao njema zenyewe zilikuwa mbaya. Ilikuwa kwamba lazima waangalie kama lengo la kazi zao njema lilikuwa kuonyesha vipengee vya wema wao kwa watu wengine.

Jambo la muhimu si kile kinachoonyeshwa kwa nje bali moyo huko ndani na kutenda kwa imani ya kweli. Tunaweza kufanya kazi kubwa kwa ajili ya Bwana na kuwa na matendo ya upendo, imani, utumishi, na saburi; lakini haya mambo hayatoki katika vilindi vya mioyo yetu, hayawezi kuwa kazi na matenda ya kweli halisi.

Kwa mfano, tunaweza kuwasaidia wale wanaohitaji. Lakini tukifanya kwa ajili ya kujitosheleza wenyewe au kutaka kujionyesha, tukifikiri, 'Tunafanya kazi hizi nyingi. Huu ni upendo na imani!' basi, haiwezi kuwa ya kweli machoni mwa Mungu anayetazama moyo wa ndani.

Kuna visa ambamo watu wengine wanaonekana kuwa waaminifu kwa kazi za Mungu na wanaonekana kuishi maisha moto ya imani, lakini hawatambuliwi na Mungu. Wanaonekana kuwa Wakristo waaminifu sana kwa kufanya kazi nyingi za kujitolea, kuwatumikia wengine, na kufanya matendo mema. Lakini kuna uwezekano kwamba waliacha kutahiri mioyo yao.

Hawafanyi kazi kwa ujazo wa Roho au kwa tumaini la mbinguni juu, bali badala yake wanafanya kazi na bidii ya mwili peke yake. Kwa kweli ni lazima tujaribu kufanya kazi nyingi za kujitolea na kujishughulisha katika nyanja nyingi za kanisa, kwa sababu ni lazima iwe asilia kupata mambo ya kufanya yanayompendeza Mungu.

Lakini jambo la muhimu zaidi ni kutafuta neema na nguvu za Mungu kutoka vilindi vya mioyo yetu, na tubadilike katika roho zaidi na zaidi. Hapo peke yake ndipo kazi zetu na utumishi wetu wa kujitolea utakuwa matendo kutoka kwa imani ya kweli.

Imani bila matendo imekufa, lakini matendo bila imani hayana maana yoyote. Haijalishi tunafanya kazi ngapi katika jina la Bwana, kama hatujitahidi kuondoa uovu mioyoni mwetu na hatusimamii maisha yetu katika kazi za Roho Mtakatifu, hiyo si imani ya kiroho, na sio maisha ya kiroho ya Kikristo.

Tunaweza kuonekana kuwa wafanya kazi wenye moto, lakini hatutaamini wala kutii neno ambalo linapinga wazo letu. Hatutaweza kutambua moyo na mapenzi ya Mungu na hatutaelewa maneno ya ndani ya kiroho tunayopokea. Tutabaki katika hali ya kimwili ya imani. Matendo ya imani hii ya kimwili yanaweza kusifiwa na wale wanaoona matendo ya nje peke yao, lakini hayawezi kusifiwa na Mungu anayechunguza mioyo.

Hata leo, tunaweza kuishi maisha ya Kikristo ambayo hatuyaishi na ukweli wa moyo, ila na mwonekano wa nje peke yake ambao unaweza kutambuliwa na wengine. Kwa hivyo, ni lazima tuangalie tuna moyo wa aina gani.

Si kitambo sana, mtawa wa kike maarufu alikufa. Alikuwa ametumia maisha yake mengi kuwasaidia wahitaji. Alipokea Tuzo la Amani la Nobeli. Alitoa maisha yake yote kwa ajili ya maskini.

Lakini tunaweza kuhisi ni aina gani ya maisha katika imani aliyoishi kutoka kwa barua aliyoandika. Gazeti TIME lilitoa taarifa kwamba hangeweza kuhisi uwepo wa Mungu kuanzia wakati alipoanza kazi ya kuwasaidia maskini mpaka alipokufa. Alilinganisha uchungu wa moyo wake na uchungu wa jehanamu, na alikuwa na tashwishi kuhusu kuwako kwa mbingu na Mungu.

Alitambuliwa na kusifiwa na watu kwa kujitolea kwake kwa ajili ya wahitaji. Lakini imani yake haikuwa aina ya imani ya kutambuliwa na Mungu. Hiyo ndiyo sababu hakuweza kuishi maisha katika Kristo akikutana na Mungu aliye hai na kupokea majibu yake.

Matendo yetu ya mwisho yanapaswa yawe makubwa kuliko ya kwanza, na wakati huo huo, pia tunapaswa kuwa na matendo ya ukweli na imani ya kweli ambayo inaweza kutambuliwa na Mungu.

Karipio la Bwana kwa Kanisa la Thiatira

Lakini nina neno juu yako, ya kwamba wamridhia yule mwanamke Yezebeli, yeye ajiitaye nabii na kuwafundisha watumishi wangu na kuwapoteza, ili wazini na kula vitu vilivyotolewa sadaka kwa sanamu. Nami nimempa muda ili atubu, wala hataki kuutubia uzinzi wake. Tazama, nitamtupa juu ya kitanda, na hao wazinio pamoja naye, wapate dhiki kubwa wasipotubia matendo yake. Nami nitawaua watoto wake kwa mauti. Na makanisa yote watajua ya kuwa mimi ndiye achunguzaye viuno na mioyo. Nami nitampa kila mmoja wenu kwa kadiri ya matendo yake (Ufunuo 2:20-23).

Kanisa la Thiatira lilikuwa na moto na uaminifu wa kimwili lakini hawakujitahidi sana katika kuitahiri mioyo yao. Hiyo ndiyo sababu walifanya dhambi ya kula chakula kilichotolewa sadaka kwa sanamu na wakadanganywa na nabii mke wa uongo kama Yezebeli. Bwana aliwakemea juu ya hili.

Kanisa la Thiatira Lilimkubali Yezebeli, Aliyejiita Nabii wa Kike

Yezebeli alikuwa bintiye mfalme wa Wasidoni katika karne ya tisa K.K. Aliolewa na Ahabu, mfalme wa Israeli. Alipolewa na Ahabu, alileta sanamu za nchini kwao Israeli, na baadaye Mfalme Ahabu na pia watumishi wake wengine na watu wake wakachafuliwa katika uabudu wa sanamu.

Hata ingawa mtu wa Mungu, Eliya, aliita moto kutoka mbinguni na akafanya mvua inyeshe kwa uwezo wa kushangaza wa Mungu, bado hakutubu, ila alijaribu kumwua Eliya. Alifanya mambo mengi maovu na pia akamwendesha Mfalme Ahabu na njama mbaya. Yezebeli alilimbikiza uovu juu ya uovu, na mwishowe akakabiliwa na kifo cha aibu kama alivyotabiri Eliya.

Mfalme Ahabu pia alilaaniwa na Mungu, na akafa kifo cha aibu katika uwanja wa vita.

Israeli pia ilipatwa na dhiki nyingi sana kwa sababu ya Yezebeli. Sababu haikunyesha kwa miaka mitatu na nusu ilikuwa kwamba Mungu alikuwa amegeuza uso wake kutoka kwao kwa kuwa walikuwa wamechafuliwa katika dhambi ya Yezebeli (1 Wafalme 17:1; Yakobo 5:17).

Kanisa la Thiatira pia walivumilia chanzo cha dhambi ya Yezebeli katika kanisa na walikuwa wanachafuliwa katika hiyo dhambi.

2 Wakorintho 6:14-16 inasema, "Msifungiwe nira pamoja na wasioamini, kwa jinsi isivyo sawasawa; kwa maana pana urafiki gani kati ya haki na uasi? Tena pana shirika gani kati ya nuru na giza? Tena pana ulinganifu gani kati ya Kristo na Beliari? Au yeye aaminiye ana sehemu gani pamoja na yeye asiyeamini? Tena pana mapatano gani kati ya hekalu la Mungu na sanamu? Kwa maana sisi tu hekalu la Mungu aliye hai; kama Mungu alivyosema, ya kwamba, Nitakaa ndani yao, na kati yao nitatembea, nami nitakuwa Mungu wao, nao watakuwa watu wangu."

Mungu anawaonya watoto wake mara nyingi katika Biblia wasifungwe pamoja na watu waovu. Zaidi ya hayo, ni lazima tusivumilie njia za ulimwengu. Tusivumilie kujaribiwa na mambo yasiyokuwa kweli.

Tukifungwa pamoja na wale wanaompinga Mungu katika maisha yetu ya kibinafsi kama vile katika ndoa au biashara, tutapatwa na majaribu na dhiki. Hata tujaribu kujitahidi namna gani, tukifungwa pamoja na wale wanaopinga mapenzi ya Mungu, imani yetu pia itatatizwa, na pia tunaweza kujaribiwa na ulimwengu.

Kunapokuwa na makisai wawili katika nira moja na mmoja wake ajaribu kwenda kivyake au awe mvivu, hata yule mwingine ajaribu namna gani, hawezi kwenda upande ule aliyotaka kwenda. Vivyo hivyo, tukijifunga pamoja na wale ambao hawako sawa mbele za Mungu, tutakuwa na matatizo katika ukuaji wetu wa kiroho na tutapata matatizo kupokea baraka.

Haimaanishi kwamba ni lazima tujiepushe bila masharti na mtu yeyote asiyemwamini Bwana nyumbani kwetu au kazini, bali kwa hakika ni lazima tusifanye makosa ya kuvumilia watu kama Yezebeli na kufungwa nao.

Kanisa la Thiatira Lilikemewa kwa Kula Vitu Vilivyotolewa Sadaka kwa Sanamu

Bwana alilipa kanisa neno la kulikemea kwa sababu walimrdhia yule mwanamke Yezebeli, aliyejiita nabii na wakafanya matendo ya kuzini na kula vitu vilivyotolewa sadaka kwa sanamu.

Hapa, 'Kula vitu vilivyotolewa sadaka kwa sanamu' haikuwa tu kuhusu maana ya sisisi, 'kula vitu vilivyotolewa katika sadaka kwa sanamu.' Bali ilikuwa onyo dhidi ya matendo mbalimbali maovu yaliyoandamana na yaliyohusiana na kula vitu vilivyotolewa kwa sanamu. Walishiriki hata katika matendo ya uzinifu ya 'waabudu wa sanamu.' Hili lilikuwa tatizo kubwa zaidi.

Katika Matendo sura ya 15, tunaweza kupata kwamba mitume na wazee waliwaagiza Mataifa waliokubali injili waache kula vitu vilivyotolewa sadaka kwa sanamu, na damu, na vitu vilivyosongolewa, na uasherati.

Wayahudi wakati ule walikua katika maagizo makali katika kushika Sheria. Haikuwa vigumu kwao kuacha mambo ambayo Mungu aliwakataza. Lakini, kwa Mataifa si rahisi kushika Sheria zote. Kwa hivyo, katika mkutano wa mitume, waliamua kuwapa waamini wa Mataifa uhuru fulani isipokuwa katika mambo machache.

Sababu ya kuwaambia waache vitu vilivyotolewa kama sadaka kwa sanamu ilikuwa kwa mara nyingine kwamba wanaweza kuchafuliwa katika uabudu wa sanamu na dhambi nyingine unaohusiana nazo kama walishirikiana kwa ukaribu na vitu vilivyotolewa sadaka kwa sanamu. Lakini 1 Timotheo 4:4 inasema, "Kwa maana kila kiumbe cha Mungu ni kizuri, wala hakuna cha kukataliwa, kama kikipokewa kwa shukrani."

Kwa hivyo hatuwezi kuamua kwamba kula chakula kilichotolewa sadaka kwa sanamu kwenye tayari ni dhambi ila tushiriki katika matambiko ya kuabudu sanamu. Hata ingawa chakula kilikuwa mbele ya sanamu, kwa kuwa vyakula vyote hutolewa na Mungu, bora tu tuvile kwa imani, haijalishi.

Lakini 1 Wakorintho 8:7 inasema, "Bali ujuzi huu haumo ndani ya watu wote; ila wengine kwa kuizoelea ile sanamu hata sasa hula kana kwamba ni kitu kilichotolewa sadaka kwa sanamu; na dhamiri zao, kwa kuwa dhaifu, hunajisika." Yaani, mtu ambaye hana ujasiri wa kutosha katika imani akila chakula kilichotolewa sadaka kwa sanamu, huku akifikiri kwamba ni dhambi, basi dhamiri yake itanajisika kwa sababu kwa kupenda anafanya kile ambacho anakiona kuwa ni dhambi.

Licha ya hayo, 1 Wakorintho 8:10 inasoma, "Kwa maana, mtu akikuona wewe uliye na ujuzi, umeketi chakulani ndani ya hekalu la sanamu, je! Dhamiri yake mtu huyo, kwa kuwa yu dhaifu, haitathibitika hata yeye naye ale vitu vilivyotolewa sadaka kwa sanamu?" Ikiwa mtu mdhaifu katika imani akimwona mtu anayemwona ana imani akila katika hekalu la sanamu, atafikiri inakubalika kula chakula kilichotolewa sadaka kwa sanamu. Yeye pia akianza kula vitu vilivyotelewa sadaka kwa sanamu bila hadhari, anaweza kushirika katika dhambi kubwa zaidi.

Kwa hivyo, hata wakati imani yetu ina nguvu ya kutosha kula chakula kilichotolewa sadaka kwa sanamu, kama tutawafanya ndugu zetu walio na imani dhaifu wakwae kwa sababu hiyo, basi ni vizuri tusile chakula kile.

Maana ya Kiroho ya Kuzini na Vitu Vilivyotolewa Sadaka kwa Sanamu

Matendo ya uzinifu na kula vitu vVilivyotolewa sadaka kwa sanamu si matendo ya kimwili tu. Katika maana ya kiroho, watoto wa Mungu wanapopenda kitu zaidi ya Mungu, au kuabudu sanamu ambazo Mungu anachukia, huo ni uzinifu wa kiroho.

Pia, wanaposhikana na watu wanaowajaribu waamini waanguke katika raha za kilimwengu na wafuate mambo yasiyokuwa kweli, na washiriki katika matendo yao, huko ni kula vitu vilivyotolewa sadaka kwa sanamu. Kanisa la Thiatira lilipomridhia Yezebeli, mwishowe pia waliridhia uzinifu wa kiroho kama huo na kuabudu sanamu kanisani, na hiyo ndiyo sababu walikemewa na Bwana.

Vyama vingi vya ufundi vilikuwa vimeendelea vizuri sana katika mji wa Thiatira na watu wa kanisa siku zote walijaribiwa kuabudu sanamu kupitia kwa matendo ya vile vyama. Wafanyakazi wenzao wote au wabia walikuwa wanaabudu sanamu kwa ajili ya ufanisi wa biashara zao. Washiriki wa kanisa walipokosa kushiriki katika desturi hii, wanaweza kuwa walichukiwa au kuteswa na wao. Tuseme mtu anayejiita ndugu katika Kristo, awajie na kuwajaribu huku anajua kwamba wanaumia.

"Huamini ile sanamu moyoni mwako. Mara tu unaposujudu mbele ya sanamu, kila kitu kitakuwa vizuri. Usifanye mambo haya wewe peke yako. Mungu ni upendo."

"Ukifanya mambo kwa ukaidi namna hii, na kuvuruga amani na majirani zako, inaweza kuonekana vibaya, na itazuia utukufu wa Mungu, na unaweza kushindwa kabisa kumhubiri mtu yeyote. Ili uweze kuwahubiri watu, huoni kwamba ni hekima kwako ukiisujudu hii sanamu kwa wakati huu peke yake?"

Huku wakijua kwamba si kweli, watu wengine huifanya kuwa haki ndani yao, na kuwajaribu wengine kama alivyofanya Yezebeli. Je, watu kama hawa wakiwa viongozi wa kanisa au mchungaji?

Mtu akija moja kwa moja akitwambia, "Natumpinge Mungu. Natufanye mambo maovu," bora tu tuwe na kiasi kidogo cha imani, tungejihadhari na kujaribu kuwa mbali naye. Lakini mtu kwa nje akikiri neno la Mungu, na aseme, "Ninawasiliana na Mungu. Mimi ni nabii na mtumishi wa Mungu," wale wenye imani dhaifu wanaweza kudanganyika.

Kama yeye ni nabii wa kweli wa Mungu, basi kithitisho kwamba Mungu yu pamoja naye lazima kiandamane naye. Ni lazima awe na tunda la nuru na tunda la Roho Mtakatifu kama vile wema, upendo, kujitoa, na upole. Juu ya hayo yote, ni lazima awe na mamlaka na aandamane na kazi za uwezo wa Mungu zinazodhihirishwa kuonyesha kwamba Mungu anamhakikishia.

Wale wanaoongozwa na kazi za Roho Mtakatifu wanaweza kumtambua nabii wa kweli na tunda lake, hata kama hatajiita nabii. Kinyume na hayo, nabii wa uongo anapojiita nabii kama alivyofanya Yezebeli, akichanganuliwa na kweli, utambulisho wake wa kweli utafunuliwa.

Kumbukumbu la Torati 18:22 inasema, "Atakaponena nabii kwa jina la Bwana, lisifuate jambo lile wala kutimia, hilo ndilo neno asilolinena Bwana. Kwa kujikinai amelinena huyo nabii, usimwogope."

Sababu Kwa Nini ni Lazima Tusiwakubali Manabii wa Uongo

Nabii anayejiita nabii na kuwakashifu wengine na maneno maovu, kuwahukumu, na kuwahesabia hatia, kutafuta manufaa yake mwenyewe na udanganyifu, na kuwafarakanisha watu ni nabii wa uongo. Nabii wa uongo huleta matatizo kwa kanisa na washiriki wake na udanganyifu mwingi mbaya, hupanga njama na ujanja.

Hawaelekezi watu kumpenda Mungu. Badala yake huwatia mambo ya kimwili na ya kilimwengu, na kuwafanya watu wamfuate katika njia za mwili.

Tukishirikiana na mtu kama huyo, tutachafuliwa katika mambo yasiyokuwa kweli bila kujua. Kwa hivyo, kanisa halipaswi kumridhia mtu kama Yezebeli, na lisijaribiwe kamwe kufanya dhambi pamoja na nabii wa uongo.

Kwa kweli, mmoja katika kundi anapokosa kutii na kuleta matatizo akijiita nabii, mchungaji wa kweli lazima avumilie na kuongoza kundi na upendo.

Lakini twapaswa kujua kwamba si upendo tunapoiridhia sinagogi ya Shetani. Pia si upendo tunapomridhia mtu kama Yezebeli anayewajaribu waamini waanguke katika maangamizi na kumruhusu afanye kazi ndani ya kanisa kwa uhuru.

Mathayo 18:15-17 inaeleza jinsi ya kukabiliana na wale wanasababisha matatizo kama hayo kanisani.

Na ndugu yako akikukosa, enenda ukamwonye, wewe na yeye peke yenu; akikusikia, umempata nduguyo. La, kama hasikii, chukua pamoja nawe tena mtu mmoja au wawili, ili kwa vinywa vya mashahidi wawili au watatu kila neno lithibitike. Na asipowasikiliza wao, liambie kanisa; na asipolisikiliza kanisa pia, na awe kwako kama mtu wa mataifa na mtoza ushuru.

Ni lazima tufuate utaratibu huu. Anapotubu, tunapaswa kumsamehe na kufunika makosa yake ya zamani. Lakini kama hatatubu na kugeuka lakini aendelee mpaka mwisho, tusimwache asumbue kanisa na kuzuia utukufu wa Mungu.

Lakini wakati huo huo, ni lazima tuvifanye na moyo wa Bwana asiyevunja mwanzi uliopondeka wala kuzima utambi utokao moshi.

Mungu Hutoa Nafasi za Kutubu

Mtu anapofanya dhambi na kufanya makosa machoni mwa Mungu, adhabu haimjii mara moja. Mungu humpa nafasi ya kutambua dhambi yake, kupitia kwa neno linalohubiriwa madhabahuni au kwa kazi za Roho Mtakatifu, naye hutubu na kugeuka.

Hata hivyo, kama moyo wake utaendelea kuwa mgumu na asigeuke, hata ingawa amepewa nafasi ya kutambua dhambi yake, adhabu itamjia kupitia kwa mashtaka ya Shetani. Inaanza na adhabu ndogo. Kama hatageuka bado, atapewa adhabu kali zaidi na zaidi.

Hivyo ndivyo ilivyokuwa na Mapigo Kumi yaliyokuja juu ya Misri wakati wa Kutoka. Mara ya kwanza, mto Nili wote uligeuka damu hivi kwamba watu wakashindwa kunywa maji na kukaja pigo la vyura vilivyopatikana kila mahali, hata katika mabakuli ya chakula.

Hata ingawa mapigo kama hayo yalifadhaisha na kutesa, bado uharibifu yaliyoleta hayakuwa makali sana ya kuwafanya wasirejeshe. Ingekuwa vyema kama Farao angekuwa amegeuka, lakini mapigo yalipoondolewa, aliendelea kukosa kutii mapenzi ya Mungu hivi kwamba alilazimika kukabiliwa na mapigo makali zaidi na zaidi.

Kulikuwa na mapigo ya majipu ya kutoa usaha na tauni. Alikabiliwa na pigo la mvua ya mawe na pigo la nzige. Alipatwa na uharibifu mbaya wa kifedha.

Lakini hakugeuka. Na kwa hivyo hatimaye wazaliwa wa kwanza wote wa Misri waliuawa wakijumuisha mwana wa kwanza wa Farao, watumishi wake, watumwa wake na hata wa mifugo. Lakini Farao hakutubu bado, na Bahari ya Shamu ikamzika.

Mithali 3:11 inasema, "Mwanangu, usidharau kuadhibiwa na Bwana Wala usione ni taabu kurudiwa naye." Watoto wa Mungu wanapojiepusha na mapenzi ya Mungu, Roho Mtakatifu huomboleza. Watapoteza amani mioyoni mwao na wahisi mateso mioyoni mwao.

Pia, Mungu huwapa ishara mbalimbali ili waweze kutambua. Kama hawatatambua bado, hata hivyo Mungu huruhusu adhabu iwajie. Huumia, kushikwa na ugonjwa au kupata ajali. Wanaweza kuwa na tatizo katika jamaa yao au bishara yao. Wanaweza kupata hasara ya kifedha.

Kwa sisi ni watoto wa Mungu, Mungu hututia adabu tunapokuwa mbali na kweli ili tutembee katika njia ya sawa. Kama hakuna adhabu baada ya kufanya dhambi, maanake ni kwamba hatuna uhusiano wowote na Mungu. Kwa kweli ni jambo la kuogofya zaidi kuliko adhabu (Waebrania 12:8).

Kwa hivyo, tunapoadhibiwa kwa sababu ya dhambi zetu wenyewe, tusivunjike moyo au kuachilia, bali tuichukulie kwa shukrani kutoka vilindi vya mioyo yetu, na kugeuka upesi iwezekanavyo. Kisha Mungu wa rehema na neema atatusamehe. Atatuokoa na dhiki na atulinde na mapigo. Ataturuhusu tuishi chini ya amani yake na ulinzi wake tena.

Hali ya Kutogeuka Katika Nafasi za Kutubu

Lakini tusipogeuka, hata Mungu anapotupatia nafasi ya

kutubu kupitia kwa adhabu, tutavuna kile tunachofanya hapa duniani. Siku ya mwisho, tutahukumiwa mauti ya milele.

Kanisa la Thiatira pia lilipewa nafasi za kutubu, lakini hawakugeuka, na walilazimika kupitia majaribu makali. Bwana anawaonya na kusema, "Tazama, nitamtupa juu ya kitanda, na hao wazinio pamoja naye, wapate dhiki kubwa wasipotubia matendo yake" (kif. 22).

Kusema kwa jumla, kitanda huwafanya watu wahisi utulivu na faraja; huwafanya watu watamani kupumzika juu yake. Lakini kiroho, kitanda hiki ni mahali ambapo Yezebeli hufanya mambo machafu. Ni mahali palipodharauliwa na kukataliwa na Mungu. Kwa hivyo, tamko, 'tupa juu ya kitanda cha ugonjwa' maanake ni kwamba Bwana atakasirikia watu waovu ambao hawageuki hata ingawa wamepewa nafasi ya kugeuka. Maanake ni kwamba Bwana atawatupa katika hali ya dhiki mbaya.

Wakati mwingine, watenda maovu huonekana kufurahia ufanisi wao kwa sababu adhabu au dhiki haziji kwao mara moja. Watu wengine hata husema, "Kama Mungu kweli yuko hai, anawezaje kumwacha mtu mwovu kama yule?" na hulalamika.

Lakini Zaburi 37:1-2 inasema, "Usikasirike kwa sababu ya watenda mabaya, usiwahusudu wafanyao ubatili. Maana kama majani watakatika mara, kama miche mibichi watanyauka." Zaburi 37:10 pia inasema, "Maana bado kitambo kidogo asiye haki hatakuwapo, utapaangalia mahali pake wala hatakuwapo."

Kama ilivyoandikwa, hata kama watenda maovu wanaweza kuoneka kuwa wanafanikiwa kwa muda, na kuonekana kwamba wana faraja kama waliolala kitandani, mara tu wanapovuka mipaka ya hukumu ya haki, watakabiliwa na hukumu ghafula.

Wakati mwingine, inaonekana kwamba hawakabiliwi na hukumu, bali huishi maisha ya amani maishani mwao. Lakini, mwishowe watatupwa katika moto wa mauti ya milele kule Jehanamu. Hawawezi kusemwa kwamba wanafanikiwa.

Kitanda ambamo Yezebeli alitupwa kinaweza kuonekana chenye faraja na wale wasiotambua ukweli huu ili waweze kutiwa majaribuni na wafanye dhambi pamoja. Kwa watu kama hao, Bwana anasema, "Nitamtupa hao wazinio pamoja naye, wapate dhiki kubwa wasipotubia matendo yake."

Kisha, 'dhiki kuu' hapa ina maana gani? Inamaanisha adhabu ya mwisho ya kutookolewa na kuanguka jehanamu au kwa wale wanaoona kuja kwa Bwana, Miaka Saba ya Dhiki Kuu.

Mungu Huhukumu Kulingana na Hukumu ya Haki

Kuna kisa ambapo dhambi ya mtu mmoja haileti tu dhiki ya kiasi cha mtu mmoja; inaweza pia kuleta dhiki ya matokeo makubwa zaidi.

Kwanza ni ya nchi nzima inayoweza kupitia dhiki kwa sababu ya dhambi ya kiongozi wa nchi. Pili ni ile ya kanisa lote kuanguka katika dhiki kwa sababu mchungaji, kiongozi wa kanisa hilo, hasimami vizuri machoni pa Mungu. Tatu ni ile ya jamaa inayokabiliwa na dhiki wakati mtu mmoja katika jamaa hiyo amefanya dhambi.

Kisa cha Yezebeli kinaingia katika visa hivi vyote vitatu. Yezebeli alikuwa kama mama wa nchi. Alimjaribu mfalme mumewe, watumishi wake, na watu wake kufanya dhambi. Akaweka waabudu sanamu kama viongozi wa dini. Hiyo ndiyo sababu nchi yote ililazimika kukabiliwa na dhiki kuu ya ukame wa kipindi cha miaka mitatu na nusu. Na Yezebeli mwenyewe alilazimika kukabiliwa na kifo cha aibu na kibaya.

Kutoka kwa ukweli huu, tunaweza kupata kwamba vita katika nchi au dhiki kali haitukii tu kwa nasibu; yote ni kwa sheria ya hukumu ya haki. Ni vivyo hivyo iwe mahali pa kazi au kanisani.

Kwa hivyo, tunapaswa kukumbuka kwamba jinsi tunavyopanda cheo, ndivyo tunavyopaswa kukubali majukumu mengi zaidi, ulimwenguni na kanisani. Kiongozi anapokuwa macho na kuomba, mwili utafurahia ufanisi. Hata kukiwa na majaribu, yataondoka upesi.

Kwa kuwa Mungu huchunguza moyo wa ndani kabisa wa kila mtu na macho yake yawakayo, hakuna mtu anayeweza kumdanganya. Watu kama Yezebeli na wale wanaoshiriki katika matendo yake hakika watakabiliwa na hukumu katika hukumu ya haki.

Katika kifungu cha 23, Bwana anasema, "Nami nitawaua watoto wake kwa mauti. Na makanisa yote watajua ya kuwa mimi ndiye achunguzaye viuno na mioyo. Nami nitampa kila mmoja wenu kwa kadiri ya matendo yake."

Neno la kuonya, "Nitawaua watoto wake" pia linamaanisha kwamba adhabu au dhiki itakuja katika hukumu ya haki. Haimaanishi siku zote kwamba adhabu au dhiki itawajia watoto.

Kama matokeo ya dhambi ya mtu binafsi, mtu mpendwa katika jamaa, kama vile mume au mke anaweza kukabiliwa na dhiki au mateso kutoka kwa tatizo la kifedha au ugonjwa. Hukumu ya haki ya Mungu itafunuliwa kupitia hukumu kama hiyo ambayo watu wote watatambua waziwazi kwamba Mungu hachunguzi matendo tu peke yake bali pia akili, kupenda, na moyo.

Kwa kweli, kabla dhiki kuja, Mungu hutuacha tutambue kosa letu kupitia namna mbalimbali. Hutuonya kupitia jumbe zinazohubiriwa, au kupitia watu na njia tusizotazamia.

Bora tu tuwe na masikio ya kiroho ya kumsikiliza, tunaweza kuhisi kwamba Mungu huchunguza mioyo yetu na akili, na kwamba huingilia kati kwa ajili yetu hata katika mambo madogo zaidi. Mithali 15:3 inasema, "Macho ya Bwana yako kila mahali; yakimchunguza mbaya na mwema," na Zaburi 139:3 inasema,

"Umepepeta kwenda kwangu na kulala kwangu, umeelewa na njia zangu zote."

Mungu mwenyezi hajui tu maneno na matendo ya kila mmoja wetu peke yake, bali anajua hata moyo. Anajua hata moyo wa ndani kabisa. Hatuwezi kuficha onyesho la sura hata moja, lililojaa hisia mbaya dhidi ya mtu mwingine. Hata tendo moja dogo la wema tulilofanya sirini litafunuliwa wazi Siku ya Hukumu.

Kwa hivyo, tunapaswa kuwa wasikivu kwa sauti ya Mungu anayeichunguza mioyo yetu na tuwe macho ili tusifuate mafundisho ya Yezebeli.

Ushauri wa Bwana na Ahadi Yake kwa Kanisa la Thiatira

Lakini nawaambia ninyi wengine mlioko Thiatira, wo wote wasio na mafundisho hayo, wasiozijua fumbo za Shetani, kama vile wasemavyo, Sitaweka juu yenu mzigo mwingine. Ila mlicho nacho kishikeni sana, hata nitakapokuja. Na yeye ashindaye, na kuyatunza matendo yangu hata mwisho, nitampa mamlaka juu ya mataifa; naye atawachunga kwa fimbo ya chuma, kama vyombo vya mfinyanzi vipondwavyo, kama mimi nami nilivyopokea kwa Baba yangu. Nami nitampa ile nyota ya asubuhi. Yeye aliye na sikio, na alisikie neno hili ambalo Roho ayaambia makanisa (Ufunuo 2:24-29).

Mungu ni Mungu wa hukumu ya haki anayelipa kulingana na matendo katika hukumu ya haki. Lakini wakati huo huo, yeye ni Mungu wa upendo anayevumilia kwa saburi kwa muda mrefu.

2 Petro 3:9 inasema, "Bwana hakawii kuitimiza ahadi yake, kama wengine wanavyokudhani kukawia, bali huvumilia kwenu, maana hapendi mtu ye yote apotee, bali wote wafikilie toba."

Moyo wa Mungu umo katika ushauri wa Bwana uliotolewa kwa Kanisa la Thiatira. Bwana hakuacha Kanisa la Thiatira ambalo halikuweza kutubu bali alilipa neno la ushauri tena.

Kanisa la Thiatira Ambalo Halikuweza Kutubu

Katika Kanisa la Thiatira, 'wowote wasio na mafundisho hayo' ni wale waamini wapya ambao hawaishi kwa kufuata neno la Mungu bado. Wanasikiliza neno la Mungu kwa bidii, lakini bado hawana imani yenye nguvu za kutosha kushika neno.

Sasa, Bwana anasema kwamba hawajajua mambo ya ndani ya Shetani. Katika maana ya leo, ni wale wanabaki katika dini inayoabudu sanamu, lakini hawatambui ni kazi ya Shetani.

Nchi zote zina sheria na kanuni. Hizo zikishikwa huwa mambo yote ni mazuri. Lakini, wakiwa hawazijui, wanaweza kuzivunja na wakaadhibiwa. Hivyo ndivyo ilivyo hata katika ulimwengu wa kiroho. Ikiwa hatujui sheria ya Mungu, tunaweza kuanguka katika majaribu ya Shetani na kuvunja sheria ya Mungu.

Kuhusu bei, tutaadhibiwa. Hata hivyo, hata ingawa sisi hufanya dhambi ileile, kutegemea na kiwango cha imani tulimo, adhabu itakuwa tofauti. Kwa mfano, wakati mchanga katika imani na mtu mwenye kiwango kikubwa cha imani wakivunja Sabato, Siku ya Bwana, uzito wa dhambi yao uko tofauti.

Mtu wa imani anapowahukumu wengine na kusengenya, ni tofauti kabisha na mwamini mpya ambaye bado hajajua kweli. Mtu wa imani hakika anajua kwamba ni dhambi kubwa kuhukumu na kuwasengenya wengine; katika hali kama hiyo ni yeye mwenyewe ndiye hakimu. Lakini akifanya dhambi ile bado, basi atashitakiwa na Shetani kwa ukali zaidi.

Vivyo hivyo, ulimwengu wa kiroho una vina mbalimbali, na kutegemea kina, kazi ya Shetani pia inatofautiana. Lakini waamini wapya hawajui kuhusu ulimwengu wa roho wa kina namna hiyo. Hiyo ndiyo sababu Bwana anasema kwamba hawajajua mambo ya ndani ya Shetani.

Sababu Kwa nini Kanisa la Thiatira Halikuweza Kutubu

Washirika wa Kanisa kule Thiatira walikuwa katika kiwango cha chini cha imani; hawakujua mambo ya ndani ya Shetani, na macho yao ya kiroho yalikuwa bado hayajafunguka. Walisikia neno, lakini hawakuweza kulisaga. Hawakuwa na nguvu za kulitekeleza. Hiyo ndiyo sababu walikuwa bado wanaupenda ulimwengu hata ingawa walikiri kumpenda Mungu. Hawakuacha utu wa zamani, bali waliendelea kuridhiana na giza.

Tunapolifananisha na madaraja ya ukuaji wa kimwili wa mtu, walikuwa kama mtoto mchanga ambaye bado analishwa maziwa au uji. Hiyo ndiyo sababu Bwana anaambia Kanisa kule Thiatira, "Sitaweka juu yenu mzigo mwingine" (kif.24) na "Ila mlicho nacho kishikeni sana, hata nitakapokuja" (kif. 25).

Bwana hawaulizi kufikia kiwango cha ndani zaidi cha kiroho kama vile kutakaswa na kupokea uwezo. Anawaambia washike kile walicho nacho wakati huu, kiwango cha sasa cha imani, ili waweze kufikia wokovu (1 Wakorintho 3:1-2).

Lakini ni lazima tusielewe vibaya kwamba tunaweza kuendeleza tu kiwango cha sasa. Tukiwa wavivu na tuone kwamba, "Ni sawa sasa. Nitapumzika, "itakuwa kama kuacha kupiga makasia na dau linaenda kinyume na mkondo wa maji katika mto.

Hasa, kwa kuwa ni karibu sana na wakati wa mwisho, tukiwa na fikira za uvivu, tukitaka tu kuendeleza tu kiwango cha sas katika maisha yetu ya imani, ni lazima tujue kwamba kutatuletea kurudi nyuma vibaya sana.

Ahadi ya Bwana Aliyolipa Kanisa la Thiatira

Bwana alitoa neno la ushauri kwa washiriki wa Kanisa

la Thiatira, waliokuwa na imani kama watoto wadogo. Na kisha akawapa neno la ahadi. Alisema, "Na yeye ashindaye, na kuyatunza matendo yangu hata mwisho, nitampa mamlaka juu ya mataifa" (kif.26).

Kwanza, 'Yeye ashindaye' inarejelea kushinda mambo yasiyokuwa kweli, uovu, na giza kwa kushika na kuishi kwa kufuata neno la Mungu.

Halafu, "Matendo yangu' yanarejelea kazi za Bwana. Kutunza matendo maanake ni kwamba tutii neno la Mungu kama Yesu alivyofanya, na kupanua ufalme wa Mungu kwa kuokoa roho zaidi.

Bwana anasema, "Naye nitampa mamlaka juu ya mataifa." Haya ni ya kumtawala adui ibilisi na Shetani ambaye ana mamlaka ya kutawala mataifa ya duniani.

Baada ya Mungu kuumba mbingu na nchi na mtu wa kwanza Adamu, Mungu alimpa Adamu mamlaka ya kutawala vitu vyote juu ya dunia (Mwanzo 1:28). Lakini Adamu alijaribiwa na Shetani ili asimtii Mungu, na mamlaka ya Adamu yakapewa adui Shetani.

Kwa kweli, mamlaka haya yaliruhusiwa Shetani kwa wakati huu peke yake, yaani kwa wakati wa ukuzaji wa wanadamu. Haiwezi kutumiwa kwetu sisi tunaomwamini Bwana na tumekuwa watoto wa Mungu.

Lakini Yesu alikuja hapa duniani. Akasulubishwa msalabani na akamwaga damu yake yote. Alipofufuka siku ya tatu baada ya kuzikwa, alivunja mamlaka ya mauti. Alituokoa kutoka kwa mamlaka ya ibilisi. Kwa kuwa wale wanaomkubali Yesu Kristo kama Mwokozi hupokea haki ya kuwa watoto wa Mungu, wanamwagiwa mafuta kama watoto wa Mungu na wanawekwa huru kutoka kwa kwa ibilisi (Yohana 1:12).

Na kwa kuwa wao huwa watoto wa Mungu, hawawi na urafiki na giza tena yaani kuwa chini ya mamlaka ya adui ibilisi, bali huishi kwa kufuata neno la Mungu katika kweli ambayo ni ya nuru. Huku ni kushinda na kutunza matendo ya Bwana kama ilivyoelezwa tu.

Lakini ibilisi, kwa njia zote awezazo, hujaribu kutuzuia tusiishi katika kweli ili tuanguke ulimwenguni tena. Ibilisi huweka tashwishi ndani yetu ili tusiwe na imani. Hii hutufanya tupende ulimwengu zaidi ya Mungu. Inatuzuia kwa njia nyingi.

Lakini mara tu tunapomfukuza ibilisi na kuishi kwa kufuata neno, basi tutaweza kumshinda ibilisi zaidi na zaidi.

Na jinsi tunavyozidi kuishi kwa kufuata neno la Mungu kabisa, ndivyo tutakavyozidi kupewa uwezo na mamlaka kutoka mbinguni. Kisha tutamtawala kirahisi adui ibilisi na Shetani, mfalme wa ulimwengu. Mara tu tunapoishi kwa kufuata neno kabisa, kutupa aina zote za uovu, na kufikia utakaso, hakuna mtu mwovu atakayetugusa.

Aina ya Kesi ya Kuhukumiwa na Mungu

Wale walioshindwa vitani dhidi ya mfalme wa giza wataendelea kuwa chini ya mamlaka ya ibilisi. Hasa, wakifuata matendo ya Wanikolai, Balaamu, au Yezebeli, watakuwa watumwa wa adui Shetani. Na watakabiliwa na hukumu ya kuogofya. Hivi ndivyo asemavyo Bwana katika Ufunuo 2:27.

Bwana anasema katika hicho kifungu, "Naye atawachunga kwa fimbo ya chuma, kama vyombo vya mfinyanzi vipondwavyo, kama mimi nami nilivyopokea kwa Baba yangu."

Hapa, fimbo ya chuma inarejelea mti wa chuma au gongo la chuma. Tukivunja vyombo vya udongo na fimbo hiyo ya chuma, vyombo hivyo vitavunjika vipande vipande. Kwa hivyo, "Naye atawachunga kwa fimbo ya chuma, kama vyombo vya mfinyanzi vipondwavyo" inarejelea mamlaka ya Mungu anayehukumu.

Kiasili, mtu wa kwanza ambaye Mungu alimuumba alikuwa roho iliyo hai. Alikuwa kiumbe mwenye cheo. Alikuwa kiumbe cha kiroho aliyeumbwa katika mfano wa Mungu. Lakini hii roho ilikufa kwa sababu ya dhambi, na akawa mtu wa mwili akiwa chini ya udhibiti wa nafsi. Alikuwa tu kile chombo cha kilichoumbwa kwa udongo. Kwa hivyo, 'kuvunja vyombo vya udongo' maanake ni kuvunja wale ambao hawaishi kwa kufuata neno la Mungu. Wale wa Shetani hatimaye wataachwa.

Kama ilivyoandikwa katika Yohana 12:48, ambayo inasema,

"Yeye anikataaye mimi, asiyeyakubali maneno yangu, anaye amhukumuye; neno hilo nililolinena ndilo litakalomhukumu siku ya mwisho," wale ambao hawakupokea neno la Mungu watahukumiwa kulingana na neno la Mungu Siku ya Mwisho.

Lakini wale wanaoweka neno la Mungu katika moyo wake, hushinda, na kutunza matendo ya Bwana watapokea mamlaka ya nuru yanayovunja mamlaka ya adui ibilisi. Kama tu Bwana anavyosema, "Mimi pia nimepokea mamlaka kutoka kwa Baba yangu" sisi pia tutapokea mamlaka.

Bwana pia anawaambia, "Nitampa nyota ya asubuhi." Nyota ya asubuhi ndiyo inayong'aa zaidi kuliko nyota zote, na inamrejelea Bwana. Katika Ufunuo 22:16, Bwana anasema, "Mimi Yesu nimemtuma malaika wangu kuwashuhudia ninyi mambo hayo katika makanisa. Mimi ndimi niliye Shina na Mzao wa Daudi, ile nyota yenye kung'aa ya asubuhi."

Kwa hivyo, "Kumpa nyota ya asubuhi" maanake ni kwamba, kama tu Mungu anavyompenda na kumtambua Bwana, atawatambua kama wana na kuwapenda wale wanaoishi kwa kufuata neno na kumshinda Shetani.

Tunapomwamini Bwana, na kuacha kila aina ya uovu, na kwa bidii tuishi kwa kufuata neno la Bwana, basi hulka yetu itafanana na ile ya Bwana na tutakuwa watu wa roho. Kisha, tutakuwa watakatifu na wakamilifu kama tu Yesu Kristo, mwana wa Mungu, na tutatambuliwa kama wana wa Mungu.

Lakini haijalishi tutaungama mara ngapi kwamba

tunamwamini Bwana, kama hatutaishi kwa kufuata neno la Mungu na tushindwe na ibilisi, hatutapewa nyota ya asubuhi. Hatutatambuliwa kama watoto wa Mungu, na mwishowe hatuwezi kuokolewa.

Mungu wa Upendo Anataka Kila Mmoja Apokee Wokovu

Mungu hutulipa vile tulivyofanya, kulingana na hukumu ya haki. Lakini mahali tunapofuata nadharia yenye kasoro au itikadi ya uongo, bila kujua kwamba ni ujanja wa Shetani, Mungu hataweka mzigo wowote juu yetu, tukitambua na kutubu na kugeuka.

Lakini, tukifuata njia za Shetani tukijua, kutakuwa na adhabu, hata kama tutatubu barabara na kugeuka. Si kweli kwamba matatizo ya dhambi hutatuliwa kabisa kwa kuja kwa Bwana tu. Kutakuwa na adhabu kulingana na yale tuliyofanya zamani. Kwa kweli, pia huu ni upendo wa Mungu kutufanya tuwe wakamilifu zaidi na kutupatia vitu bora zaidi.

Kwa hivyo, ni lazima tupige mbio zetu za imani mpaka Bwana arudi, bila kupoteza nafasi ya wokovu. Mungu anatufundisha na kweli ili aweze kumwokoa hata kama ni mtu mmoja zaidi. Anatangaza kweli kwa ari kwa wale wanaoenda njia mbaya.

Hasa, watu wanaomwamini Mungu lakini wanadanganywa na Shetani na wanaenda katika njia ya mauti. Anataka kufungua njia ya wokovu na hata moyo mmoja wenye ari zaidi.

Baada ya mtoto kuzaliwa, atakua muda unapoenda. Katika imani pia, ni lazima tuendelee kukua katika roho. Ukuaji wa kiroho si matendo ya nje tu. Ni kuacha uovu kutoka moyoni na kukamilisha utakaso.

Hata ingawa ni waaminifu na kufanya tuwezavyo kwa nje, kama hatutatahiri mioyo yetu, hayo si maisha halisi ya Kikristo. Mtoto anapokua, ni lazima akue kiakili na kimwili. Vivyo hivyo, katika maisha yetu kama Wakristo, imani yetu ni lazima ikue katika matendo ya kimwili ya nje na ukomaavu wa ndani wa kiroho.

Kanisa la Thiatira halikuwa na huu ukuaji wa ndani. Walikaa katika kiwango cha kitoto katika imani. Hawakuweza kupokea ahadi ya zawadi katka ufalme wa mbinguni. Walipokea ahadi ya wokovu peke yake.

Waefeso 4:13 inasema "Hata na sisi sote tutakapoufikia umoja wa imani na kumfahamu sana Mwana wa Mungu, hata kuwa mtu mkamilifu, hata kufika kwenye cheo cha kimo cha utimilifu wa Kristo." Ni lazima tuendelee kukua ili tuwe makanisa na waamini wanaoweza kumpendeza Mungu.

Sura ya 5

Kanisa la Sardi :
- Kanisa Dogo Lililokuwa na Jina la Kuwa Hai lakini Lilikuwa Limekufa

Kanisa la Sardi lilikemewa na Bwana aliyesema, "Una jina la kuwa hai, nawe umekufa."

Waliungama imani yao kwa Mungu na Bwana, lakini imani waliyokuwa nayo ilikuwa imani iliyokufa tu kwa kuwa hawakuwa na matendo ya imani.

Hata hivyo, baadhi ya washiriki walijaribu kutunza imani yao.

Maneno yaliyopewa Kanisa la Sardi leo ni neno linalopewa yale makanisa ambayo ni lazima wabadilishe imani yao iliyo kufa iwe imani ya kweli inayoandamana na matendo ya imani. Pia yanapewa wale wanaoomba na kujaribu kutekeleza neno la Mungu.

Ufunuo 3:1-6:

Kwa malaika wa kanisa lililoko Sardi andika: Haya ndiyo anenayo yeye aliye na hizo Roho saba za Mungu, na zile nyota saba. 'Nayajua matendo yako, ya kuwa una jina la kuwa hai, nawe umekufa.
Uwe mwenye kukesha, ukayaimarishe mambo yaliyosalia, yanayotaka kufa. Maana sikuona matendo yako kuwa yametimilika mbele za Mungu wangu. Basi kumbuka jinsi ulivyopokea, na jinsi ulivyosikia; yashike hayo na kutubu. Walakini usipokesha, nitakuja kama mwivi, wala hutaijua saa nitakayokuja kwako.
Lakini unayo majina machache katika Sardi, watu wasioyatia mavazi yao uchafu. Nao watakwenda pamoja nami hali wamevaa mavazi meupe, kwa kuwa wamestahili. Yeye ashindaye atavikwa hivyo mavazi meupe, wala sitalifuta kamwe jina lake katika kitabu cha uzima, nami nitalikiri jina lake mbele za Baba yangu, na mbele ya malaika zake. Yeye aliye na sikio, na alisikie neno hili ambalo Roho ayaambia makanisa.

Barua ya Bwana kwa Kanisa la Sardi

Kwa malaika wa kanisa lililoko Sardi andika: Haya ndiyo anenayo yeye aliye na hizo Roho saba za Mungu, na zile nyota saba. (Ufunuo 3:1).

Mji wa Sardi ulikuwa mji tajiri uliopata ufanisi wake kutoka kwa tasnia ya kutia rangi vitambaa. Ulikuwa umejaa ubadhirifu na uzinifu na ulikuwa senta ya ibada ya sanamu. Katika mazingira kama hayo, Kanisa kule Sardi halikuwa na imani kamilifu.

Bwana Ana Hizo Roho Saba za Mungu

Inasema juu ya Bwana anayeliandikia Kanisa la Sardi: "Yeye aliye na hizo Roho saba za Mungu, na zile nyota saba."

Hizo 'Roho saba' ndio moyo wa Mungu ambaye ni roho

yenyewe. Moyo wa Mungu umo katika Biblia. Katika taarifa zenye utondoti inatwambia jinsi ya kumpendeza Mungu na jinsi ya kupokea majibu kutoka kwa Mungu. Na ni hizo Roho saba zinazoonyesha moyo wa Mungu na masharti ya majibu yake.

Namba 'saba' hapa haimaanishi kwamba idadi ya hizo Roho za Mungu ni saba. Kiroho, 'saba' inamaanisha 'Timilifu na kamilifu.' Kama tu Yohana 4:24 isemavyo, "Mungu ni roho," Mungu ni roho yenyewe. Kwa hivyo, inawakilisha Roho wa Mungu ambaye ni mkamilifu. Mungu siku zore anachunguza na kusimamia maisha ya kila mwanadamu duniani kote. Kwa hilo Mungu hutuma hizo Roho saba ambayo ndio moyo wa Mungu (Ufunuo 5:6).

Roho saba huchunguza moyo na tabia za kila mwanadamu. Kisha, kulingana na hukumu ya haki, Mungu hutoa majibu na baraka kwa wale walio halisi katika moyo wa Mungu. Ili kuifanya iwe rahisi kuelewa, tunaweza kufikiri kuhusu hizo Roho saba kama mizani ambayo Mungu hutumia kupimia mambo yanayopaswa kupimwa ili atoe majibu. Tunaponunua vitu fulani vya mazao, huvipima katika mizani, na kulipa bei kulingana na uzito. Vivyo hivyo, tunapotaka kupokea majibu, ni lazima tutimize masharti ya kupokea majibu kwa kipimo cha hizo Roho saba.

Kisha, ni kitu gani ambacho hizo Roho saba hupima ili ziamue kama ni "ndio" au "la" kwa ajili ya kutupatia majibu yetu?

Roho saba hupima mioyo yetu, akili na tabia kwa usahihi bila makosa; wanawekwa katika nyanja saba.

Roho Saba na Nyota Saba

Kwanza, Roho saba hupima imani.

Lakini hazipimi imani ya kimwili ambayo ni ujuzi tu, bali imani ya kiroho inayoambatana na matendo. Imani ya kiroho ni imani ya kuamini kweli bila tashwishi yoyote, hata kama kuna kitu ambacho hakiafikiani na fikira zetu au ujuzi wetu. Imani ya kiroho hutolewa na Mungu. Ni imani yetu ya sisi kuamini jambo fulani linaweza kuumbwa bila kutumia kitu chochote. Ni imani ambayo Mungu hutupatia sawa na kiwango kile tunachoondoa uovu mioyoni mwetu na kukamilisha utakaso.

Pili, Roho saba hupima maombi.

Zinapima tunaomba kiasi gani katika njia halisi katika moyo na mapenzi ya Mungu. Kuwa halisi katika mapenzi ya Mungu, ni lazima tuombe kila mara kwa kupiga magoti mbele za Mungu, na kulia kwa moyo wetu wote, akili, na nguvu. Pia, Mungu hachunguzi jinsi tunavyoonekana na tunavyojionyesha, lakini anachunguza moyo wetu wa ndani. Kwa hivyo ni lazima tuombe na moyo wetu wote. Na tusiombe kitu kwa ajili ya tamaa zetu wenyewe, lakini ni lazima tuombe kwa imani na upendo, tukifuata mapenzi ya Mungu.

Kipimo cha tatu cha Roho saba ni 'Furaha.'

Kuwa na furaha kunathibitisha kwamba tuna imani. Ni kwa sababu tukiwa na imani ya hakika kwa Mungu na kuamini tutapokea jibu, tunaweza kufurahi katika hali ya aina yoyote. Kwa sababu furaha ya kiroho hutoka kwa amani. Kama hatutajenga ukuta wa dhambi dhidi ya Mungu bali tuwe na amani na Mungu, furaha haitatoka mioyoni mwetu.

Nne, Roho saba hupima shukrani.

Tukiwa na imani, tutaweza kushukuru katika matukio ya aina yoyote na katika hali zozote. Tunapotoa shukrani wakati mambo yanaenda vizuri peke yake, lakini tukasirike na kulalamika tunapopata matatizo na mambo hayaendi vizuri, basi hatuwezi kupita kipimo cha Roho saba kuhusu shukrani zetu. Kisha jibu letu litakawia.

Tano, Roho saba hupima kama tunashika amri.

Biblia ina amri nyingi zinazotwambia tufanye hivi, msifanye hivyo, shika hili, na tupa lile. Kati yao, Amri Kumi ndio muktasari wa amri zote. Roho saba hupima kama tunashika Amri Kumi. 1 Yohana 5:3 inasema, "Kwa maana huku ndiko kumpenda Mungu, kwamba tuzishike amri zake; wala amri zake si nzito." Kwa hivyo, ushahidi wa kumpenda Mungu ni kushika amri zake.

Sita, Roho saba hupima uaminifu.

Si uaminifu kwa ufalme wa Mungu peke yake bali pia uaminifu katika kila kipengee cha jamaa ya mtu na mahali pa kazi. Kwa kweli, kama tuna imani, nafasi yetu ya kwanza itakuwa kazi ya Bwana. Lakini, hatupaswi kupuuza kazi katika jamaa au mahali pa kazi. Ni lazima tuwe waaminifu katika nyumba yote ya Mungu.

Na jambo muhimu zaidi katika uaminifu ni kwamba ni lazima tuwe waaminifu kiroho. Inamaanisha ni lazima tutahiri mioyo yetu. Pia, tunaweza kuwa na uaminifu wa kiroho mkamilifu tunapotimiza moyo wa Mungu na kujitoa, hata kuweza kutoa maisha yetu.

Saba, Roho saba hupima upendo.

Upendo ni kama fundo linalounganisha vipengee vyote sita vya awali vinavyopimwa. Haijalishi tunaomba mara ngapi na tunafanya kazi katika huduma ya Mungu mara ngapi, itakuwa na maana ya kweli wakati tunapofanya na upendo wa kweli kwa Mungu na kwa ndugu na akina dada katika imani.

Roho saba hupima imani, maombi, furaha, shukrani, kushika amri, uaminifu, na upendo ili ziamue kama jibu linaweza kutolewa. Lakini kipimo kinachotakiwa si kimoja kwa kila mtu. Kitapimwa kulingana na hukumu ya haki kwa kuangalia kipimo cha imani ya kila mtu.

Yaani, kwa wale wenye kipimo kidogo cha imani, kigezo cha vipimo pia kitakuwa kidogo. Lakini kwa wale ambao wamekuwa Wakristo kwa muda mrefu na wana kipimo kikubwa cha imani, kigezo chao kitakuwa juu.

Bwana aliye na hizo Roho saba za Mungu, pia ana zile nyota saba. Hapa, 'nyota' ni mwanadamu. Katika Mwanzo 15:5, Mungu alimwambia Ibrahimu, "Akamleta nje, akasema, 'Tazama sasa mbinguni, kazihesabu nyota, kama ukiweza kuzihesabu.' Akamwambia, Ndivyo utakavyokuwa uzao wako." Mungu aliulinganisha uzao wa Ibrahimu na nyota.

Kwa hivyo, nyota saba ni watumishi wote wa Mungu waliochaguliwa na Mungu katika nyakati zote za Agano la Kale na Agano Jipya. Hao ni wale watumishi ambao Mungu huwashika katika mikono yake yenye nguvu na kuwatumia kwa ajili ya ufalme wake. Bwana huokoa moyo na mapenzi ya Baba Mungu kupitia kwa midomo yao, na kudhihirisha kazi za Mungu aliye hai ili watoto wa Mungu waweze kuenenda katika njia ya kweli.

Kwa hivyo Bwana 'kuwa na Roho Saba na Nyota Saba' maanake ni kwamba anachunguza kila kitu kupitia kwa hizo Roho Saba na huwaongoza watoto wa Mungu katika njia ya kweli kupitia kwa hizo nyota saba.

Makanisa Yanayofanana na Kanisa la Sardi

Kanisa la Sardi lilisikia neno la Mungu na lilijua neno la ujuzi, lakini halikulitekeleza neno. Yaani, walikuwa na ile iitwayo imani 'iliyokufa.' Hiyo ndiyo sababu Bwana aliwakemea, akisema, "Una jina la kuwa hai, nawe umekufa" (kif. 1). Walifikiri walikuwa wameokoka, lakini kutoka kwa msimamo wa Bwana, walikuwa hawana uhusiano wowote na wokovu.

Leo, kuna idadi ya kushangaza ya makanisa na waamini walio na imani iliyokufa kama Kanisa la Sardi. Wana jina la kuwa 'waamini' lakini si rahisi kupata wale wanaoshika Sabato yote, Siku ya Bwana, na kutoa mafungu ya kumi kamili na halisi. Haya ndiyo matendo na hatua za kimsingi kabisa za maisha ya Kikristo.

Kile kinachosikitisha zaidi ni kwamba hakuna wachungaji wengi wanaofundisha waamini kuacha dhambi na kuishi kwa kufuata neno la Mungu. Wachungaji wanaoongoza kundi ni lazima wawe na imani ya kweli kwanza na kisha wamshuhudie Mungu aliye hai kupitia kazi za uwezo na mamlaka. Lakini si hali ya halisi kweli inayofanyika leo. Wachungaji wengi hufundisha na ujuzi wa kitheologia tu. Wanafundisha na nadharia na itikadi za kujifunza. Hakuna tofauti sana na kipofu anayeongoza kipofu mwingine kama ilivyosemwa katika Mathayo 15:14.

Katika Mathayo 23:26 tunapata yale Yesu aliyowaambia Mafarisayo, ambao hawakutekeleza neno la Mungu, lakini walikuwa na maneno midomoni mwao. Inasema, "Ewe Farisayo kipofu, safisha kwanza ndani ya kikombe, ili nje yake nayo ipate kuwa safi." Na katika Mathayo 23:3, aliwaambia wanafunzi wake, "Basi, yo yote watakayowaambia, myashike na kuyatenda; lakini kwa mfano wa matendo yao, msitende; maana wao hunena lakini hawatendi."

Uwezo wa maombi au kazi za kushangaza za Mungu haziwezi kufanyika kupitia kwa mchungaji kama huyu. Hata moto wa kanisa wa Roho Mtakatifu waweza kuzimwa na roho huko hazitakuwa na tofauti kubwa na zile zilizokufa. Watakuwa na washiriki lakini itakuwa kanisa jina peke yake na litakuwa mbali ya uvuvio.

Mathayo 7:21 inasema, "Si kila mtu aniambiaye, Bwana, Bwana, atakayeingia katika ufalme wa mbinguni; bali ni yeye afanyaye mapenzi ya Baba yangu aliye mbinguni."

Tuseme mtu amefanya kazi kwa ajili ya ufalme na uadilifu wa Mungu na kutoa maisha yake kwa kiasi fulani hapa duniani. Lakini anaposimama katika hukumu, Mungu akisema, "Sikuwajua ninyi kamwe; ondokeni kwangu, ninyi mtendao maovu," itakuwa vibaya sana!

Hata ingawa mtu anaweza kuonekana kuwa mwaminifu katika maisha kama Mkristo na ana kazi za kujitoa kwa ajili ya mungu, kama moyo wake wa ndani haubadiliki, hatuwezi kusema kwamba anaishi maisha ya Kikristo.

Kuwa na imani iliyo hai, yaani imani ya kweli, juu ya yote ni lazima tutahiri mioyo yetu. Tohara ya moyo ni kukata gomvi la moyo, kama ilivyonakiliwa katika Yeremia 4:4, "Jitahirini kwa BWANA, mkaziondoe govi za mioyo yenu, enyi watu wa Yuda na wenyeji wa Yerusalemu; ghadhabu yangu isije ikatoka kama moto, ikawaka hata mtu asiweze kuizima, kwa sababu ya uovu wa matendo yenu."

Kuondoa govi la moyo maanake ni kuondoa uovu, uvunjaji wa sheria, na mambo yasiyo kweli, kama neno la Mungu linavvyotwambia tusifanye. Na pia tuache mambo fulani, na kisha tutekeleze kweli kama neno la Mungu linavyotwambia tufanye na tushike mambo fulani.

Kwa njia hii, kulingana na kiasi tunachotekeleza neno la Mungu na kutakaswa, tutapewa imani ya kweli ambayo Mungu anaweza kuitambua. Kwa hivyo, natutafakari juu yetu wenyewe kupitia ujumbe uliopewa Kanisa la Sardi na kisha tuwe na imani ya kiroho na ya kweli, na sio imani iliyokufa.

Karipio la Bwana kwa Kanisa la Sardi

Kwa malaika wa kanisa lililoko Sardi andika: Haya ndiyo anenayo yeye aliye na hizo Roho saba za Mungu, na zile nyota saba: 'Nayajua matendo yako, ya kuwa una jina la kuwa hai, nawe umekufa. 'Uwe mwenye kukesha, ukayaimarishe mambo yaliyosalia, yanayotaka kufa; maana sikuona matendo yako kuwa yametimilika mbele za Mungu wangu. Basi kumbuka jinsi ulivyopokea, na jinsi ulivyosikia; yashike hayo na kutubu. Walakini usipokesha, nitakuja kama mwivi, wala hutaijua saa nitakayokuja kwako' (Ufunuo 3:1-3).

Hatuwezi kuficha kitu chochote kutoka kwa Mungu anayepima kupitia hizo Roho sana na kuchunguza na hayo macho yake yawakayo. Kama Bwana alivyosema kwa Kanisa la

Sardi, "Nayajua matendo yako," Mungu hachunguzi tu matendo yetu bali pia hata mambo madogo kabisa ya mioyo yetu ya ndani kabisa.

Maua yanayokatwa na kupangwa huonekana hai, lakini kwa kweli huwa yamekufa kwa sababu yametengwa na mizizi yao. Vivyo hivyo, imani ya washiriki wa Kanisa la Sardi wanaweza kuonekana hai, lakini yakipimwa kwa kipimo wazi cha Bwana, yalikuwa sawasawa na yale yaliyokufa.

Kanisa la Sardi lenye Jina la Kuwa Hai lakini Limekufa

Sasa, maanake hasa ni nini kwa kusema "Una jina la kuwa u hai nawe umekufa?" (kif. 1) Kwa ufupi, imani ya Kanisa lililoko Sardi ni "imani iliyokufa bila matendo."

Kwa kuwa Adamu alifanya dhambi, roho za wazao wake wote pia kama roho yake zilikufa. Lakini wale waliomkubali Bwana kama Mwokozi wao na kupokea Roho Mtakatifu roho zao zilifufuliwa. Mara tu roho ya mtu inapofufuliwa, mtu huyu anapokabiliwa na kifo cha kimwili, Biblia haisemi kwamba 'amekufa' bali 'amelala' (Mathayo 9:24). Ni kwa sababu Bwana anaporudi hewani, atafufuka na kufurahia uzima wa milele.

Lakini Kanisa la Sardi liliambiwa kwa lilikuwa 'limekufa'; maanake ni kwamba hawangeweza kuokolewa. Hata ingawa walisema kwamba walikuwa na imani, imani yao ilikuwa imekufa, na wakiwa na 'imani iliyokufa,' hawangeweza kupewa wokovu.

Yakobo 2:14 inasema, "Ndugu zangu, yafaa nini, mtu akisema ya kwamba anayo imani, lakini hana matendo? Je! Ile imani yaweza kumwokoa?" Na katika Kifungu cha 17, inasema, "Vivyo hivyo na imani, isipokuwa ina matendo, imekufa nafsini mwake."

Mhubiri 12:14 inasema, "Kwa maana Mungu ataleta hukumuni kila kazi, pamoja na kila neno la siri, likiwa jema au likiwa baya." Na 2 Wakorintho 5:10 inasema, "Kwa maana imetupasa sisi sote kudhihirishwa mbele ya kiti cha hukumu cha Kristo, ili kila mtu apokee ijara ya mambo aliyotenda kwa mwili, kadiri alivyotenda, kwamba ni mema au mabaya."

Kwa kuwa wale wamwaminio Mungu na Bwana pia wanaamini kwamba kutakuwa na hukumu ya mema na maovu, wanaishi kwa kufuata neno la Mungu. Lakini wale wasioamini, hawaishi kwa kulifuata. Tunapaswa kujua kuna tofauti iliyo wazi kati ya kumjua Mungu na kumwamini.

Tofauti kati ya Kujua na Kuamini

Yakobo 2:19 inasema, "Wewe waamini ya kuwa Mungu ni mmoja. Watenda vema. Mashetani nao waamini na kutetemeka" maanake ni kwamba hata mashetani wanajua Mungu ni nani na Yesu Kristo ni nani na ya kwamba wanatetemeka mbele ya mamlaka kama hayo.

Pia, tunaweza kuona katika sehemu nyingi za Biblia ambapo pepo walimtambua Yesu na wakalia kwa sauti. Katika Luka 8:27-28, Yesu alipokutana na mwanamume aliyepagawa na pepo, huyo mwanamume alilia na akaanguka mbele ya Yesu, na akasema kwa sauti kuu, "Yesu, Mwana wa Mungu Aliye Juu."

Sasa je, tunaweza kusema kwamba pepo pia wamwamini Yesu peke yake kwa sababu wanamtambua Mwana wa Mungu na kumkiri kama Mwokozi? Hata kidogo! Hata ingawa pepo humtambua Yesu, hawataishi kwa kufuata neno lake wala kuishi katika wema. Huku si kumwamini bali ni kumjua tu, na 'kumjua' hakuleti wokovu.

Vivyo hivyo, haijalishi tunajua Biblia kiasi gani, tukiwa hatuishi kwa kufuata kile tunachojua, hatuwezi kusema kwamba kweli 'tunaamini." Imani ya kweli kwa hakika huandamana na matendo. Tukiwa tunalijua neno lakini hatuna matendo, dhambi yetu ni kubwa zaidi ya wale ambao hawaishi kwa kufuata neno kwa sababu hawalijui (Luka 12:47-48).

Hata hivyo, wale ambao hawalitekelezi neno la Mungu leo wanaongezeka kila wakati. Waamini wengine kwa nje wanaonekana wanaweza kuishi maisha ya kuamini, lakini maisha yao hayana tofauti na yale ya watu wa ulimwengu.

Kwa mfano, wanaenda kanisani na kumwabudu Mungu

siku ya Jumapili. Lakini katika maisha yao halisi, huwakasirikia wengine na kuwaita majina mabaya. Wanafanya wanavyotaka, kama tu watu wa ulimwengu. Kama tu Yakobo 2:20 anavyosema, "Lakini wataka kujua, wewe mwanadamu usiye kitu, kwamba imani pasipo matendo haizai?" imani yao huwa haina maana yoyote.

Hata ingawa ninaweka msisitizo juu ya matendo ya imani, sisemi kwamba matendo peke yake ndiyo kigezo cha kupimia imani. Katika 'matendo ya imani,' tendo linamaanisha tendo kutoka kilindi cha moyo.

Mtu akiwa na imani ya kweli, kwa hakika ataukuza moyo wake na neno la Mungu. Tendo linapaswa litoke katika moyo uliokuzwa kwa kweli.

Matendo ya Kweli ya Imani

Kwa hivyo lenye umuhimu si tendo lenyewe. Kilicho muhimu ni huo moyo ulio katika hilo tendo. Mara tu moyo unapokuzwa na kuwa roho, tendo hufuata tu kiasilia. Wale wenye imani ya kufa bila matendo hawawezi hata kujaribu kukuza mioyo yao iwe roho. Kwa hivyo, hawalitekelezi neno. Hata kama watafanya hivyo, tendo lao huwa tendo la nje peke yake. Yanakuwa matendo ya unafiki.

Wanaweza kuonyesha matendo ili watambuliwe na wengine. Kwa kujifanya watu watafanya kitu kwa nje au wafanye kulingana na kile wanachojua kama ujuzi. Bwana anasema katika Mathayo 6:1, "Angalieni msifanye wema wenu machoni pa watu, kusudi mtazamwe na wao; kwa maana mkifanya kama hayo, hampati thawabu kwa Baba yenu aliye mbinguni." Haya ndiyo matendo ambayo watu hufanya ili watambuliwe na wengine.

Pia Isaya 29:13 inasema, "BWANA akanena, 'Kwa kuwa watu hawa hunikaribia na kuniheshimu kwa vinywa vyao, bali mioyo yao wamefarakana nami, na kicho chao walicho nacho kwangu ni maagizo ya wanadamu waliyofundishwa.'" Wanaweza kusema kwamba wanampenda Mungu kwa midomo yao. Wanaweza kuimba sifa na midomo yao. Lakini bila upendo na heshima, haina maana yoyote.

Kwa mfano, kama kwa kweli tunawapenda wazazi wetu, matendo ya heshima yatatoka mioyoni mwetu. Hata ingawa tunaweza kuwa si matajiri sana, tunajaribu tunavyoweza kuwahudumia wazazi wetu na matendo yetu ya kweli.

Kinyume na hilo, kunaweza kuwa na watoto wengine ambao wana mali lakini wasitasita kuonyesha matendo ya heshima kwa sababu hawana budi. Wanavifanya na hisia za jukumu au na nia au lengo lililofichika. Pengine ni kwa kuwa na tamaa ya pesa za urithi kutoka kwa wazazi. Haya hayawezi kuwa matendo ya kweli ya heshima. Kama wazazi wanajua hii nia ya watoto wao, watahuzunika sana.

Basi na Mungu je, ni nani awezaye kuchunguza moyo wa ndani wa kila mtu? Siku zote Mungu huchunguza moyo wa mtu pamoja na matendo yake. Kwa hivyo, tunaposema kwamba tunampenda Mungu na kwamba tunamwamini, ni lazima tuonyeshe upendo wetu na imani yetu pamoja na matendo yaliyoubeba moyo wetu.

Matendo Nusunusu ya Kanisa la Sardi

Baada ya Bwana kuwakemea, alisema, 'Uwe mwenye kukesha, ukayaimarishe mambo yaliyosalia, yanayotaka kufa" (kif. 2). Maanake ni kwamba ni lazima watambue kwamba imani yao iliyokufa haiwezi kuwaokoa, na ni lazima waishi katika kweli kuanzai leo na kwendelea.

Kisha akaendelea, "Maana sikuona matendo yako kuwa yametimilika mbele za Mungu wangu" (kif. 2). Inamaanisha kwamba walianguka katika ulimwengu na wakaishi maisha yaliyokuwa sawa na maisha ya watu wa ulimwengu. Yaani, walilazimika kurejesha matendo kamilifu na timilifu.

Jibu la tufanye nini ndipo tupate kurejesha matendo timilifu pia linatolewa. Anasema, "Basi kumbuka jinsi ulivyopokea, na jinsi ulivyosikia; yashike hayo na kutubu" (kif. 3). Wafilipi 4:9 inasema, "Mambo mliyojifunza kwangu na kuyapokea, na kuyasikia na kuyaona kwangu, yatendeni hayo; na Mungu wa amani atakuwa pamoja nanyi." Kama ilivyosemwa, tukitekeleza yale tujifunzayo, tusikiayo, na kuyaona, Mungu wa amani atakuwa nasi siku zote. Lakini kama hatufanyi hivyo, kama tu anavyosema Bwana, "Yashike hayo na utubu," ni lazima tutubu, tugeuke, na tuishi kwa kufuata neno kuanzia wakati huu na kwendelea.

'Kutubu' hakumaanishi kusema tu, "Pole. Sitavifanya tena." Ni lazima tugeuke kabisa kutoka kwa makosa yetu tunayofanya na tuenende katika njia ya sawa. Kama tumetubu kweli, basi tutadumu kulishika neno bila kubadilika.

Tunapotubu, ni lazima tuwaze kuhusu jinsi tulivyokutana na Mungu mara ya kwanza. Ni lazima tuwaze kuhusu jinsi tulivyomwamini Yesu Kristo, na jinsi tulivyokuwa na moto tulipompokea Roho Mtakatifu. Ni lazima tuwaze kuhusu mahali tulipokuwa katika daraja la upendo wa kwanza. Tulipokea neema kuu sana, na tulijaa upendo wa kwanza. Je, tumethamini upendo wetu wa kwanza na kuushika?

Watu wengi hawashiki moyo wao wa kwanza na matendo yao, lakini hurudi ulimwenguni. Hata ingawa wanasema wanaamini, wanaishi maisha ambayo hayawezi kutofautishwa na yale watu wengine wa ulimwengu. Ni lazima tuyatubie mambo hayo yote, turejeshe ujazo na moto wa kwanza, na tuishi kwa kufuata neno la Mungu.

Matokeo ya Wale Ambao Hawatatubu

Bwana anasema, "Walakini usipokesha, nitakuja kama mwivi, wala hutaijua saa nitakayokuja kwako" (kif. 3). Anasema kuhusu matokeo ambayo wale ambao hawatatubu watayapata.

Tukikabiliana na Kuja Mara ya Pili kwa Bwana, tunapokuwa bado kugeuka kutoka kwa dhambi bado, tutakuwa tumechelewa. Mwivi huingia mahali ambapo hapana hatua ya kupinga wizi. Vivyo hivyo, kwa wale ambao hawako tayari kumpokea Bwana, Kuja Kwake Mara ya Pili kutakuja kama mwivi.

1 Wathesalonike 5:4-5 inasema, "Bali ninyi, ndugu, hammo gizani, hata siku ile iwapate kama mwivi; kwa kuwa ninyi nyote mmekuwa wana wa nuru, na wana wa mchana. Sisi si wa usiku, wala wa giza." Hii inasema kwamba Bwana hatatokea kama mwivi kwa wale wanaoishi katika nuru na ambao hawamo gizani.

Kwa kweli, kama tu anavyosema Bwana katika Mathayo 24:36, "Walakini habari ya siku ile na saa ile hakuna aijuaye, hata malaika walio mbinguni, wala Mwana, ila Baba peke yake," Ni Baba Mungu peke yake anayejua kuhusu siku na saa atakayorudi Bwana.

Lakini Biblia inatuambia kwa kukisia wakati atakaporudi Bwana. Ni sawa na kusema hakuna mtu ajuaye ni siku gani hasa na saa gani mwanamke mjamzito atakapozaa mtoto, lakini tunaweza tu kukisia kwamba itakuwa mwezi fulani au wakati kama huo.

Bwana alitwambia tayari ishara za wakati wa mwisho katika Mathayo 24. Ni lazima tuwe macho na tukeshe ili tuweze kujitayarisha kwa kuja kwa Bwana Mara ya Pili na maombi (1 Petro 4:7).

Neno la Mungu Ndicho Kigezo cha Kipimo cha Imani.

1 Petro 1:23 inasema, "Kwa kuwa mmezaliwa mara ya pili; si kwa mbegu iharibikayo, bali kwa ile isiyoharibika; kwa neno la Mungu lenye uzima, lidumulo hata milele."

Kupokea mbegu isiyoharibika tu, yaani neno la Mungu, haiishii hapo. Ni wakati tunapoitunza hiyo mbegu ya neno katika mioyo yetu peke yake ili lizae matunda mengi, ndipo tunapokuwa watu waliozaliwa mara ya pili kweli na wanaostahili kuitwa watu walio 'hai.'

Kusikiliza neno la Mungu tu, na kulipanga kama ujuzi hakuwezi kuitwa imani ya kweli. Tunaposhika neno tulilolisikia, tuliombee, na kulitekeleza, neno hilo litachipuka, na kuzaa matunda mengi kama mara mia, mara sitini au mara thelathini.

Hata mtu akipewa cheo kanisani, na hata akionekana ana imani, anaweza kuwa na imani iliyokufa. Kwa nje, Yuda Iskariote alikuwa katika cheo kilichostahili kutambuliwa kama mwanafunzi wa Bwana, lakini akaitupa neema aliyopokea, na hatimaye akapatwa na mauti kwa sababu ya dhambi yake mbaya ya kumuuza Yesu.

Wakati mmoja mfalme Sauli pia, alitambuliwa na Mungu, na akamwagiwa mafuta kama mfalme wa Israeli. Lakini akawa na kiburi cha kutosha kupinga mapenzi ya Mungu, na pia akaenda katika njia ya mauti.

Kwa hivyo, kigezo cha imani si mtu anavyoonekana kwa nje au cheo alicho nacho. Kigezo ni neno la Mungu peke yake. Mtu akifundisha au akiwa anafanya jambo linaloenda kinyume na neno la Mungu, hata kama yeye ni kiongozi katika kanisa au hata mchungaji, ni lazima tusimsikilize. Jambo la muhimu sio kama yuko katika cheo cha kufundisha, lakini kama anatekeleza hilo neno.

Yeyote ashikaye moja yapo ya amri ndogo kabisa, na kuwafundisha wengine wafanye vivyo hivyo, ataitwa mkuu katika ufalme wa mbinguni. Na pia atakuwa na mamlaka juu ya maneno ya kugeuza watu wengi hapa duniani.

Ushauri wa Bwana na Ahadi Iliyopewa Waamini Wachache kule Sardi

Lakini unayo majina machache katika Sardi, watu wasioyatia mavazi yao uchafu. Nao watakwenda pamoja nami hali wamevaa mavazi meupe, kwa kuwa wamestahili. Yeye ashindaye atavikwa hivyo mavazi meupe, wala sitalifuta kamwe jina lake katika kitabu cha uzima, nami nitalikiri jina lake mbele za Baba yangu, na mbele ya malaika zake. Yeye aliye na sikio, na alisikie neno hili ambalo Roho ayaambia makanisa (Ufunuo 3:4-6).

Kanisa kule Sardi walisema kwamba walimwamini Mungu, lakini hawakuishi kulingana na neno. Basi, wakasikia karipio kali likisema kwamba walikuwa na jina la kuwa hai, lakini walikuwa wamekufa. Lakini Bwana alisema kulikuwa na wachache ambao hawakuyatia mavazi yao uchafu na walikuwa wanastahili.

Kwa kuwa Bwana alisema, "wachache," neno lake liliwarejelea idadi ndogo sana ya washiriki wa Kanisa la Sardi, kwa hivyo haikuwa sifa kwa kanisa zima.

Wachache Ambao Hawakuyatia Mavazi Yao Uchafu

Hapa 'vazi' linaashiria moyo wa mtu. Vivyo hivyo, 'kutoyatia mavazi yao uchafu' maanake ni 'kutofanya mioyo yao kuwa michafu.' Yaani, waliishi kwa kufuata neno na imani katika kweli ili mioyo yao haikuchafuliwa na dhambi na uovu wa ulimwengu.

Pia inamaanisha kusafisha mioyo yao, iliyokuwa imechafuliwa kabla kujua kweli, kwa kupigana na dhambi hadi kufikia kiasi cha kumwaga damu. Na pia, inamaanisha kutochafua tena moyo ambao wakati mmoja ulikuwa umesafishwa na mambo yasiyokuwa kweli na dhambi. Kwa hivyo linawataja wale wanaojaribu kukesha, kuomba, na kushika imani ya kweli.

Kanisa kule Sardi lilikuwa katika hali ambamo kipofu alikuwa anaongoza kipofu mwenzake hivi kwamba wote walikuwa karibu kuanguka kwenye shimo. Hata hivyo, kulikuwa na washiriki wachache waliosikiliza dhamiri yao njema na wakajaribu kutimiza yale aliyoyataka Mungu. Bwana anawaambia watu kama hao, "Nao watakwenda pamoja nami hali wamevaa mavazi meupe, kwa kuwa wamestahili" (kif. 4).

Kwa kweli, kusema kwamba walikuwa wanastahili haimaanishi kwamba walikuwa wamefikia utakaso kamili. Unapoangalia imani ya Kanisa lote kule Sardi, kulikuwa na wachache walioomba na kujaribu kushika imani ya kweli, na ilikuwa inastahili machoni pa Bwana.

Washiriki wengi katika Kanisa la Sardi walikuwa na imani iliyokufa. Lakini kulikuwa na wachache walioshika imani yao na kuishi kwa kufuata neno, na Bwana akawatambua kama wanaostahili. Kwa hivyo, tunaweza kuona kwamba imani yao ilikuwa nzuri. Haikuwa rahisi kutunza imani katika mji wa Sardi, hasa ukiwa kati ya kundi lililoshika ulimwengu urafiki na lililokuwa limechafuliwa na dhambi. Lakini bado walishika imani yao, na ilikuwa baraka kubwa kweli.

Kama mfano, kuna watu wengine wanaoteswa na watu wa jamaa zao kwa kuwa Wakristo. Wanaweza kuhisi kwamba maisha ni magumu kwa wakati huu, lakini kupitia kwa mateso kama hayo watakesha na kuomba zaidi. Pia watajifundisha kuvumilia. Na huku wakiendelea kuombea jamaa zao kwa ari, upendo wao wa kiroho utakua. Mara tu wanapokuwa na upendo wa kiroho, watoa shukrani katika hali yoyote, na watawachukulia watu wa jamaa zao kama roho zenye thamani walizokabidhiwa na Mungu.

Wakati huo huo, kwa kuwa ni mateso kwa ajili ya jina la Bwana, zawadi yao itahifadhiwa kule mbinguni. Na imani yao itakita mizizi kwa nguvu zaidi kwa sababu walishika imani yao katika hali ngumu kama hiyo. Mungu husafisha kila mmoja kwa njia tofauti kulingana na uwanja wa moyo wake na chombo chake. Kupitia kwa kusafishwa, Mungu hutuongoza kujaliza yale tusiyokuwa nayo na kuifanya roho yetu ifanikiwe.

Vivyo hivyo, ili washiriki wachache wa Kanisa kule Sardi, ambao hawakuyatia uchafu mavazi yao, ni lazima waliomba kwa moto zaidi kuliko wengine walivyoomba. Matokeo yake ni kwamba, waliweza kutambuliwa na Bwana kama watu waliostahili.

Waamini Wachache Hutembea na Bwana katika Mavazi Meupe

Wachache waliotambuliwa na Bwana kama "wanaostahili" katika Kanisa kule Sardi wangeweza kupokea baraka za kuweza "kuenenda na Bwana katika mavazi meupe."

Lakini hapa, ni lazima tufahamu kwamba "kuwa na Bwana" na "kuenenda na Bwana" ni mambo mawili tofauti. Haijalishi tutaenda makao gani kule mbinguni, inawezekana kwetu kuwa na Bwana kwa sababu Bwana anaweza kwenda mahali popote kule Mbinguni. Hata tukiwa Paradiso, Bwana atatujia na kukaa nasi kwa muda. Lakini kwa kuwa wale walio Paradiso wamepokea wokovu wa aibu, wanasikia aibu kukutana na Bwana uso kwa uso au kuenenda pamoja naye.

Lakini kuenenda pamoja na Bwana kuna maana zaidi kuliko kuwa na naye. Ni wale peke yao walio katika Ufalme wa Mbinguni wa Tatu, na hasa, wale katika Yerusalemu Mpya wanaweza kuenenda pamoja na Bwana katika maana ya kweli.

Kuenenda na Bwana maanake ni kuwa na Bwana mahali popote na wakati wowote, na kuenenda pamoja naye katika ufalme wa mbinguni, ni lazima tuwe na sifa halisi. Bwana hakika yuko pamoja na watoto wa Mungu wanaoishi katika kweli. Lakini ataenenda na wale wanaompenda Mungu sana, walioacha kila aina ya uovu, na utakaswe. Bwana akienenda na mtu, basi hakikisho, mamlaka, na uwezo wake utaonyeshwa naye kama ushahidi wa wazi.

Maana ya Mavazi Meupe

Bwana alitoa ushauri na ahadi kwa waamini wachache katika Kanisa la Sardi, na akasema, "Yeye ashindaye atavikwa hivyo mavazi meupe" (kif. 5).

Hapa, 'kushinda' kunarejelea 'kushika imani na kuishi katika kweli.' 'Mavazi meupe' yanarejelea vazi linalovaliwa na roho zote zilizookolewa; ni ishara ya wokovu. Hata wale ambao hawatanyakuliwa katika Kuja kwa Bwana kwa Mara ya Pili na waingie katika Miaka Saba ya Dhiki Kuu, na wapokee wokovu pia baadaye watavaa mavazi meupe.

Vazi jeupe hapa si ishara ya wokovu tu, bali ni lile vazi jeupe linalotolewa kulingana na kiwango ambacho mtu ametakaswa. Jinsi kiwango cha utakaso apatacho mtu kinavyokuwa juu zaidi, ndivyo vazi lake jeupe atakalovaa litakavyong'ara zaidi. Kwa hivyo, katika ufalme wa mbinguni, kwa kuona mavazi ya mtu tu, tunaweza kujua ni moyo mtakatifu wa aina gani ambao mtu aliukamilisha hapa duniani.

Pia tutatambua, kupitia kwa mapambo, ni zawadi ngapi mtu alilimbikiza alipokuwa duniani. Hiyo ndiyo sababu Mungu, anayelipa mtu kulingana na matendo yake, hutoa mapambo mazuri kulingana na matendo yake hapa duniani.

Baraka za Jina la Mtu Kutofutwa katika Kitabu cha Uzima

Bwana alisema, badala ya kutoa mavazi meupe, jina la yule anayeshinda halitafutwa katika Kitabu cha Uzima (kif. 5).

Hata kama mtu anaonekana kupumua, haimaanishi kwamba yuko hai kweli. Mtu anaweza kuwa na maisha ya kweli wakati tu peke yake ambapo roho yake, iliyokuwa imekufa kwa sababu ya dhambi ya Adamu, itakapofufuliwa. Kwa wale ambao hawamkubali Bwana na wanaishi gizani, roho yao imekufa. Kwa hivyo, wanapokufa, wanaenda Jehanamu, yaani mauti ya milele.

Lakini wanapomkubali Bwana Yesu Kristo, na kumpokea Roho Mtakatifu, roho yao iliyokufa hufufuka na wanapata uzima wa milele. Majina yao pia yatanakiliwa katika Kitabu cha Uzima kule mbinguni. Hiyo ndiyo sababu Ufunuo 20:15 inasema, "Na iwapo mtu ye yote hakuonekana ameandikwa katika kitabu cha uzima, alitupwa katika lile ziwa la moto." Ni wale peke yao ambao majina yao yameandikwa katika Kitabu cha Uzima ndio wanaweza kuokolewa.

Hata hivyo, ukweli kwamba wakati huu majina yetu yameandikwa katika Kitabu cha Uzima hautuhakikishii wokovu. Ni kama tu peke yake majina yetu yamenakiliwa katika Kitabu cha Uzima wakati Mungu Hakimu anapokifungua akiwa katika Hukumu ya Kiti cha Enzi Kikuu Cheupe, ndipo tunaweza kufikia wokovu. Anasema, "Sitalifuta kamwe jina lake katika kitabu cha uzima." Tukiwaza juu ya hilo kinyume, inamaanisha kwamba jina lililonakiliwa katika Kitabu cha Uzima linaweza kufutwa.

Waamini wengi leo wanafikiri kwamba mara tu majina yao yanapoandikwa katika Kitabu cha Uzima yanakuwa ya kudumu na wanaweza kwenda mbinguni, hata kama wataishi wanavyotaka. Lakini ukweli hauko namna hiyo hata kidogo. Kuanzia wakati jina linapoandikwa katika Kitabu cha Uzima, tunaingia katika njia ya kupata uzima wa milele. Lakini kama tukitoka katika njia ya kwenda katika uzima wa milele kule mbinguni, Roho Mtakatifu anaweza kuzimwa (1 Wathesalonike 5:19), na jina litafutwa kutoka katika Kitabu cha Uzima (Kutoka 32:33).

1 Wakorintho 15:2 pia inasema, "Na kwa hiyo mnaokolewa, ikiwa mnayashika sana maneno niliyowahubiri isipokuwa mliamini bure." "Kuamini bure" maanake ni "imani ya kimwili." Ni imani iliyokufa bila matendo ya kweli. Hata kama tumeenda kanisani kwa muda mrefu na tuna ujuzi wa ndani wa Biblia, tusipoishi kwa kufuata neno la Mungu lakini tuishi kama watu wa ulimwengu wanavyoishi, basi tuna imani "iliyokufa."

Biblia pia inataja kwamba tunapofanya kazi za kimwili ambazo ni dhahiri, ambazo ni pamoja na uasherati, uchafu, ufisadi, ibada ya sanamu, hatuwezi kuurithi ufalme wa mbinguni (Wagalatia 5:19-21).

Biblia pia inatwambia kuhusu "dhambi zinazoleta mauti."
Hizo ni dhambi za 'kumkufuru Roho Mtakatifu,' kusema kinyume na Roho Mtakatifu' (Mathayo 12:31-32), 'kuanguka hata baada ya kushiriki katika Roho Mtakatifu na kumsulubisha Bwana tena na kumfedhehi kwa dhahiri' (Waebrania 6:6), na 'kufanya dhambi kusudi baada ya kupokea ujuzi wa ile kweli' (Waebrania 10:26).

Biblia inanakili jinsi tunavyoweza kupata wokovu. Lakini wakati huo huo, pia inanakili kwa utondoti jinsi tunavyoweza kuishia kuanguka katika mauti. Wokovu hauamuliwi mahali pamoja katika wakati fulani. Ni lazima tutambue kwamba ni utaratibu 'unaoendelea' mpaka Bwana arudi.

Hata kama tuko ndani ya mipaka ya wokovu, tunaweza kutoka nje ya mipaka hiyo kwa hiari yetu wenyewe. Kinyume na hilo, Hata kama tuko nje ya mipaka, tunaweza kuingia ndani ya mipaka ya wokovu mahali fulani pia.

Baraka za Majina Yetu Kukiriwa Mbele ya Mungu na Malaika Zake

Washiriki wachache wa Kanisa la Sardi walipokea ahadi kutoka kwa Bwana akisema, "Nitalikiri jina lake mbele za Baba yangu, na mbele ya malaika zake" (kif. 5). Katika Hukumu ya Kiti cha Enzi Kikuu Cheupe, mbele za Mungu Hakimu, ni lazima tupokee kutambuliwa na Bwana akisema, "Huyu ni mtoto wa Mungu."

Na kutambuliwa kwa Bwana ni lazima kukiriwe na malaika pia. Kuna malaika wanaochunguza matendo yetu na mioyo yetu na hata akili zetu, na kutoa ripoti na kunakili (Mathayo 18:10). Pia wanachukua maombi yetu na kuyapeleka katika madhabahu ya dhahabu (Ufunuo 8:3-4).

Kwa kweli, kuna malaika wanaotumwa na Mungu kuwalinda watoto wake. Lakini pia kuna malaika wanaomwangalia kila mtu. Ripoti zinazoandikwa na hawa malaika zitatumiwa kama vithibitisho na ushahidi katika Hukumu ya Kiti cha Enzi Kikuu Cheupe.

Malaika wenyewe wanaweza kuwa hawatajitokeza kushuhudia

na kutukiri Siku hiyo ya Hukumu. Lakini, kwa ripoti za waziwazi zilizoandikwa na hao malaika, ni lazima tukiriwe kwamba tuliishi maisha yanayowastahili watoto wa Mungu. Kwa sababu malaika ndio wanaotuangalia karibu zaidi, kututambua kwao ni kwa lazima.

Bwana Analitaka Kanisa la Sardi Libadilike

Bwana anahitimisha neno lake kwa kusema, "Yeye aliye na sikio, na alisikie neno hili ambalo Roho ayaambia makanisa," kama alivyoyaambia makanisa mengine (kif. 6). Bwana analisihi Kanisa la Sardi tena, pamoja na moyo wake mkweli na wa kutamani kwamba wao wayatafakari yale waliyosikia na wabadilike.

Kanisa la Sardi lilikuwa na imani iliyokufa. Kama hawangetubu na kugeuka, hawangekuwa na uhusiano wowote na wokovu. Lakini, kwa kuwa walisikia na wakajifunza kweli, walijua kweli analau kama ujuzi. Sasa ulikuwa wakati wa wao kubadilisha imani yao ya ujuzi na kuifanya imani iliyo hai iliyoambatana na matendo.

Pia, hata ingawa walikuwa na imani ya kupokea wokovu, walikuwa hawana budi kuzuia na kushinda mpaka Bwana arudi. Ni hapo peke yake ndipo wangevikwa mavazi meupe, ishara ya wokovu, na wangeweza kupokea utukufu na zawadi kule mbinguni kulingana na matendo yao hapa duniani.

Lakini makanisa mengi ya leo hayatambui ukweli huu, hawataamka kutoka katika usingizi wa kiroho, na wana imani iliyokufa. Na vibaya zaidi, hawana mchungaji anayewafundisha kweli. Wao ni kama kipofu afuataye mwongozo wa kipofu.

Mungu anawataka wale wenye sikio wasikie neno lake na waufikie wokovu. Pia anawataka wale wampendao Baba Mungu kweli wamtafute Bwana na watamani kufuata kweli. Anawataka waongozwe vyema ili waweze kufika katika mahali pema zaidi kule mbinguni.

Kwa hivyo, ni lazima tutambue jinsi ilivyo baraka kwetu kuwa na imani ya kweli na kuwa bibi harusi mkamilifu wa Bwana bila lawama yoyote, ili siku zote tuweze kuenenda na Bwana kule mbinguni.

SURA YA 6

KANISA LA FILADELFIA:
- Linapokea Sifa Pekee za Kutenda kwa Imani

Kanisa la Filadelfia ndilo kanisa la pekee kati ya haya makanisa saba lililopokea sifa peke yake. Ingawa walikuwa na uwezo mchache tu, hawakuchafuliwa na ulimwengu, walishika imani yao. Kwa sababu hii walipokea ufunguo wa Daudi ambao unaweza kufungua lango la baraka. Walipokea ushahidi wa upendo wa Mungu na baraka za ahadi kwamba wangekuwa nguzo ya Yerusalemu Mpya.

Neno lililopewa Kanisa la Filadelfia ni kwa ajili ya makanisa na washiriki wa kanisa wanaonuia kushika neno la Mungu, ingawa wana imani haba, na wadhihirishe ishara, maajabu, na kazi za uwezo kupitia kwa hiyo.

Ufunuo 3:7-13

Na kwa malaika wa kanisa lililoko Filadelfia andika: Haya ndiyo anenayo yeye aliye mtakatifu, aliye wa kweli, aliye na ufunguo wa Daudi, yeye mwenye kufungua wala hapana afungaye, naye afunga wala hapana afunguaye.

'Nayajua matendo yako. Tazama, nimekupa mlango uliofunguliwa mbele yako, ambao hapana awezaye kuufunga, kwa kuwa unazo nguvu kidogo, nawe umelitunza neno langu, wala hukulikana jina langu. Tazama, nakupa walio wa sinagogi la Shetani, wasemao kwamba ni Wayahudi, nao sio, bali wasema uongo. Tazama, nitawafanya waje kusujudu mbele ya miguu yako, na kujua ya kuwa nimekupenda. Kwa kuwa umelishika neno la subira yangu, mimi nami nitakulinda, utoke katika saa ya kuharibiwa iliyo tayari kuujilia ulimwengu wote, kuwajaribu wakaao juu ya nchi.

Naja upesi. Shika sana ulicho nacho, asije mtu akaitwaa taji yako. Yeye ashindaye, nitamfanya kuwa nguzo katika hekalu la Mungu wangu, wala hatatoka humo tena kabisa, nami nitaandika juu yake jina la Mungu wangu, na jina la mji wa Mungu wangu, huo Yerusalemu mpya, ushukao kutoka mbinguni kwa Mungu wangu, na jina langu mwenyewe, lile jipya. Yeye aliye na sikio, na alisikie neno hili ambalo Roho ayaambia makanisa.

Barua ya Bwana kwa Kanisa la Filadelfia

Na kwa malaika wa kanisa lililoko Filadelfia andika: Haya ndiyo anenayo yeye aliye mtakatifu, aliye wa kweli, aliye na ufunguo wa Daudi, yeye mwenye kufungua wala hapana afungaye, naye afunga wala hapana afunguaye (Ufunuo 3:7).

Mitume walipokuwa wanafanya kazi kule Filadelfia, ulikuwa mji mdogo uliokuwa na takribani watu 1,000. Matetemeko ya ardhi yalifanyika kila mara, kwa hivyo watu wengi walikuwa wakulima. Walifurahia kuburudika kwa divai na kucheza walipokuwa wanamwabudu Dionisio, mungu wa kimithiolojia wa Kiyunani wa divai. Filadelfia pia ilikuwa mji wa njia, ulioungalisha Sardi, Pergamum, Troa, na Rumi.

Kanisa la Filadelfia ndilo kanisa la pekee kati ya haya makanisa saba lililopokea sifa peke yake kutoka kwa Bwana. Ni mfano mwema kwa makanisa mengi leo.

Bwana Ni Mtakatifu na Mkweli

Bwana anayesema na Kanisa lililoko Filadelfia ni 'mtakatifu na mkweli.' Hapa, 'mtakatifu' maanake ni kwamba yuko juu ya wanadamu wote, na hachafuliwi na dhambi. Anampa utukufu Mungu peke yake kwa kuwa anaishi kwa kufuata neno la Mungu peke yake bila doa au lawama.

Kiasili, neno 'mtakatifu' halingeweza kutumiwa kwa ajili ya mwanadamu yeyote. Ni Mungu peke yake ambaye ni mtakatifu na mkweli. Lakini, mwanadamu akirejesha mfano wa Mungu uliopotezwa kwa sababu ya dhambi, na akifanana na Mungu na kutimiza utakatifu wa Mungu, basi neno 'mtakatifu' linaweza kutumiwa kumweleza. Msingi wa hili umenakiliwa katika 1 Petro 1:16.

Katika Yohana 10:34-36 Yesu anasema, "Je! Haikuandikwa katika torati yenu ya kwamba, Mimi nimesema, Ndinyi miungu? Ikiwa aliwaita miungu wale waliojiliwa na neno la Mungu; (na maandiko hayawezi kutanguka), je! Yeye ambaye Baba alimtakasa, akamtuma ulimwenguni, ninyi mnamwambia, Unakufuru; kwa sababu nalisema, Mimi ni Mwana wa Mungu?"

Hapa, wale 'waliojiliwa na neno la Mungu' ni wale

wanaolishika neno la kweli na kuishi kwa kufuata hilo neno. Inamaanisha kwamba Mungu anawachukulia kuwa miungu. Halimaanishi kwamba kwa kweli wako katika kiwango cha Mungu kwa kuwa tu Mungu anawachukulia kuwa miungu. Inamaanisha kwamba Mungu anawachukulia kuwa watoto wa Mungu kamili. Anawachukulia kuwa wale ambao ni watu wa roho, na watu wa kweli.

Hiyo ndiyo sababu Bwana wetu Yesu anasema katika Mathayo 5:48, "Basi ninyi mtakuwa wakamilifu, kama Baba yenu wa mbinguni alivyo mkamilifu." Pia anasema katika Yohana 17:17-19, "Uwatakase kwa ile kweli; neno lako ndiyo kweli. Kama vile ulivyonituma mimi ulimwenguni, nami vivyo hivyo naliwatuma hao ulimwenguni. Na kwa ajili yao najiweka wakfu mwenyewe, ili na hao watakaswe katika kweli." Kama ilivyosemwa, ni mapenzi ya Mungu kwetu sisi kwamba tuwe watakatifu kama yeye alivyo mtakatifu.

Lifuatalo, "true" maanake ni "bila uongo au mambo yasiyokuwa kweli." Kutobadilika, kutoyumbayumba kulia au kushoto, kutodanganya, kutolaghai, kutovunja ahadi, kutokuwa mjanja, kutobadilika milele; haya yote ni mambo ya 'kweli.' "Kuwa mkweli" ni muhimu sana. Ni tunapokuwa wakweli peke yake, ndipo tunaweza kupewa imani; neno la Mungu linaweza kuwa hai na lenye kutenda kazi ndani yetu, na tutaona uwezo wa Mungu. Hiyo ni kwa sababu neno la Mungu lenyewe ni kweli.

Kwa upande mwingine, tunapokuwa watu ambao si wakweli, tunaweza kuwa na tashwishi, na tunaweza kujaribiwa na mambo yasiyokuwa kweli. Pia hatuwezi kamwe kuelewa moyo wa kweli (1 Wakorintho 2:13). Sasa, maana ya Bwana kuwa na ufunguo wa Daudi ni nini?

Bwana Ana Ufunguo wa Daudi

Daudi alikuwa mfalme wa pili wa Israeli. Kuanzia miaka yake ya kwanza alimcha Mungu na kumpenda. Israeli ilikuwa ilipata ufanisi zaidi ya nchi nyingine wakati wa utawala wa Daudi. Ilipanua mipaka yake, ikafurahia utajiri mwingi na nchi jirani ziliilipa Israeli ushuru. Daudi pia alipendwa sana na akapata kibali mbele za Mungu na watu wa Israeli.

Tunahitaji ufunguo ili tufungue mlango wa stoo iliyojaa hazina. Ni mwenye ufunguo wa stoo peke yake ndiye anayeweza kufungua mlango na kufurahia hazina zote zilizo ndani yake. Mungu alitoa ufunguo ambao unaweza kufungua mlango wowote wa baraka kwa Daudi ili aweze kufurahia baraka za aina zote. Ilikuwa inawezekana kwa sababu Daudi alikuwa mtu aliyempendeza Mungu.

Hata hivyo, Daudi alipitia majaribu makali kabla ya kupata sifa za kupokea huo ufunguo. Kuficha ukweli kwamba alilala na mke wa mmoja wa watumishi wake Uria na akatunga mimba, Daudi alimfanya Uria auawe. Huu ndio uliokuwa mwanzo wa majaribu yake. Ilikuwa dhambi ya kifo, lakini haikuwa kwamba Daudi alikuwa mtu mwovu sana wa kufanya dhambi hii. Lakini, badala ya hiyo, Daudi alimpenda Mungu kuliko mtu mwingine yeyote. Lakini kwa sababu alikuwa na mizizi ya mbali ya uovu katika asilia yake, ilijitokeza kama dhambi kubwa sana.

Kwa kuwa Mungu alijua kwamba kulikuwa na uovu uliobaki katika asilia ya Daudi, Mungu alimruhusu apitie majaribu ili aweze kupata utu wake wa kweli kamili na atakaswe kikamilifu.

Kwa hivyo hata wakati wa majaribu makali, Daudi aliacha kila kitu mikononi mwa Mungu. Kwa sababu ya uasi wa mwanawe, Absalomu, Mfalme Daudi alilazimika kukimbia haraka. Kisha, Shimei, mtu wa kawaida akamlaani, akisema, "Nenda zako! Nenda zako! Ewe mtu wa damu! Ewe mtu usiyefaa" (2 Samweli 16:7). Lakini bado Daudi hakumwadhibu. Lakini badala yake alijinyenyekeza ili apate kupokea rehema za Mungu. Ilikuwa tofauti sana na mtazamo wa awali, wa kusababisha kifo cha Uria, mtu asiyekuwa na hatia kwa kutumia mamlaka ya mfalme.

Vivyo hivyo, kupitia kwa majaribu, aliweza kubadilika kuwa mtu ampendaye Mungu zaidi na zaidi. Baada ya Mungu kumsafisha kama chombo halisi cha kupokea baraka, Mungu alimpa Daudi ufunguo wa kufungua mlango wa baraka kuu. Zaidi ya yote alipokea baraka isiyoweza kudhaniwa, yaani, kupitia kwa ukoo wake, Yesu alizaliwa ili afungue njia ya wokovu.

Ufunguo huu wa Daudi haupewi tu kwa watu wachache walioteuliwa. Hutolewa bila ubaguzi kwa yeyote ampendaye Mungu, afananaye na Bwana, na aliye mtakatifu na mkweli. Tunapofuzu kwa kutimiza masharti anayotaka Mungu, mlango wa baraka za afya na baraka nyingine kama vile utajiri, heshima, na mamlaka zitafunguka. Na mwishowe, pia tutapewa ufunguo wa mlango wa baraka kuu zaidi; mlango wa Yerusalemu Mpya.

Kuhusu Bwana mwenye ufunguo wa baraka zote imesema, "Yeye mwenye kufungua wala hapana afungaye, naye afunga wala hapana afunguaye" (kif. 8).

Ni kwa sababu mlango wa wokovu unaweza kufunguliwa katika jina la Bwana Yesu Kristo peke yake, na mlango huu ukifunguka tu, hakuna anayeweza kuufunga, kama isemwavyo katika Matendo 4:12, "Wala hakuna wokovu katika mwingine awaye yote, kwa maana hapana jina jingine chini ya mbingu walilopewa wanadamu litupasalo sisi kuokolewa kwalo."

Hata adui ibilisi na Shetani hawezi kuufunga! Bwana hufungua na kufunga kila kitu kulingana na mapenzi ya Mungu, na hukamilisha kila kitu kwa usahihi katika upaji wa Mungu bila kufanya kosa lolote, hata lile dogo zaidi.

Mambo ya Leo Yaliyofanana na yale ya Kanisa la Filadelfia

Ujumbe uliopewa Kanisa la Filadelfia una hulka za kanisa

ambalo Mungu amelichagua na kulisimamia mwenyewe. Ni kanisa analolitambua na na kuliongoza. Kanisa la leo linalosifiwa na Bwana kama Kanisa la Filadelfia lina uwezo mdogo lakini halitaridhiana na ulimwengu. Watalishika neno la Mungu, na katika mateso ya aina yoyote au majaribu, watavumilia mpaka mwisho na kushinda kwa upendo na imani.

Aina hii ya kanisa litapokea baraka zilezile zilizopewa Kanisa la Filadelfia. Yaani, watakuwa na ushahidi wa upendo wa Mungu kwao, na wataonyesha kazi za kushangaza za uwezo wa Mungu.

Mungu atafungua milango mingi ya baraka pamoja na mlango wa mamlaka ya kiroho ili wamshinde na kumfukuza adui ibilisi na Shetani. Atafungua mlango wa uwezo wa Mungu wa kufanya maajabu makuu, ishara, na kazi zisizokuwa za kawaida. Kupitia kwa milango hii, wanaweza kuongoza roho nyingi katika njia ya wokovu.

Pia, milango ya baraka kwa ajili ya kanisa inapofunguliwa, kufikia kiasi kwamba washiriki wake wamefuzu, husongea karibu zaidi na kupokea ufunguo wa kuingia Yerusalemu Mpya.

Tangu kufunguliwa kwa Kanisa Kuu la Manmini (Manmin Central Church), nimelichukua Kanisa la Filadelfia kama kielezo na tumejaribu tuwezavyo kuwa kanisa zuri linaloweza kusifiwa na Bwana. Tumevumilia aina nyingi za mateso na majaribu ili tuweze kulitunza neno la Mungu na kukataa kuridhiana na ulimwengu.

Matokeo yake, Mungu aliruhusu uwezo wa uumbaji na mambo makuu na yasiyoweza kudhaniwa kufanyika. Kwa kweli, si kwamba kazi za uwezo ambazo zinafanyika wakati huu zimekuwa zikifanyika tangu mwanzo. Kwa kuwa tumeshinda hatua kusafishwa kama katika tanuru ya moto na imani, Mungu ametuongoza katika viwango vikubwa zaidi.

Hata kama Mungu ametupatia ufunguo wa baraka, ni juu ya waamini na makanisa binafsi kufungua mlango na kufurahia baraka ndani ya stoo ile.

Hagai 2:9 inasema, "Utukufu wa mwisho wa nyumba hii utakuwa mkuu kuliko utukufu wake wa kwanza, asema BWANA wa majeshi." Kama ilivyosemwa, hata ingawa tuna uwezo mchache, ni lazima tufanye tunavyoweza katika vyeo vyetu ili tuweze kukamilisha mambo makuu zaidi kuliko awali ili tumpe Mungu utukufu.

Sifa za Bwana kwa Kanisa la Filadelfia

Nayajua matendo yako. Tazama, nimekupa mlango uliofunguliwa mbele yako, ambao hapana awezaye kuufunga, kwa kuwa unazo nguvu kidogo, nawe umelitunza neno langu, wala hukulikana jina langu. Tazama, nakupa walio wa sinagogi la Shetani, wasemao kwamba ni Wayahudi, nao sio, bali wasema uongo – nitawafanya waje kusujudu mbele ya miguu yako, na kujua ya kuwa nimekupenda. Kwa kuwa umelishika neno la subira yangu, mimi nami nitakulinda, utoke katika saa ya kuharibiwa iliyo tayari kuujilia ulimwengu wote, kuwajaribu wakaao juu ya nchi (Ufunuo 3:8-10).

Watu wanapopata mafanikio makubwa katika maeneo tofauti tofauti ya kuchangia katika maendeleo ya ukuzaji wa wanadamu, au wanapofanya matendo ya adili ya upendo, majina yao hukumbukwa na kusifiwa katika vizazi vyote.

Kama tunaweza kupendwa na kutambuliwa na majirani zetu kwa njia hii, ni jambo la kufurahisha sana. Na kama tunaweza kusifiwa na Bwana kama Kanisa la Filadelfia, ni jambo la milele na kweli. Thamani na furaha haviwezi kulinganishwa na chochote kingine.

Bwana Ameweka Mlango Uliofunguliwa Mbele ya Kanisa la Filadelfia

Kwa Kanisa la Filadelfia, kabla kutoa sifa zake, Bwana alitoa ahadi kwamba angewabariki.

Alisema hasa, "Tazama, nimekupa mlango uliofunguliwa mbele yako, ambao hapana awezaye kuufunga" (kif. 8). Mungu akiufungua mlango wa baraka, hakuna mtu, hakuna malaika, wala adui ibilisi na Shetani awezaye kuufunga. Bwana alitii hadi kufa, akifuata mapenzi ya Mungu. Alishinda mamlaka ya mauti. Kupitia kwa ushindi huo, Mungu alimchagua awe Mfalme wa wafalme na Bwana wa mabwana.

Pia, Yohana 14:13 inasema, "Nanyi mkiomba lo lote kwa jina langu, hilo nitalifanya, ili Baba atukuzwe ndani ya Mwana." Kama ilivyosemwa, Mungu aliahidi kwamba angetupatia chochote tutakachoomba kwa jina la Yesu Kristo.

Petro, mwanafunzi wa Yesu, aliungama mbele ya Yesu, "Wewe ndiwe Kristo, Mwana wa Mungu aliye hai" (Mathayo 16:16). Yesu alimwambia Petro, "Nami nakuambia, Wewe ndiwe Petro, na juu ya mwamba huu nitalijenga kanisa langu; wala milango ya kuzimu haitalishinda. Nami nitakupa wewe funguo za ufalme wa mbinguni; na lo lote utakalolifunga duniani, litakuwa limefungwa mbinguni; na lo lote utakalolifungua duniani, litakuwa limefunguliwa mbinguni" (Mathayo 16:16-19).

Kuna mamlaka makubwa katika neno lake alilosema, "Tazama, nimekupa mlango uliofunguliwa mbele yako, ambao hapana awezaye kuufunga." Ni mamlaka aliyopewa Petro kwamba kila atakachokifunga duniani kingefungwa huko mbinguni na kila atakachokifungua duniani kingefunguliwa huko mbinguni.

Lakini neno la baraka si la Kanisa la Filadelfia peke yake, bali ni kwa yeyote au kanisa lolote linalokiriwa na Bwana. Kwa kuwa watu na kanisa ambalo Mungu mwenyewe huchagua na kuongoza yako katika upaji wa Mungu, Bwana akifungua mlango, hakuna mtu awezaye kuufunga katika hali yoyote.

Hata adui ibilisi ajaribu kwa njia kubwa ya namna gani kulizuia, Mungu akiamua na kutoa amri ya kukamilisha jambo, kwa hakika hukamilishwa ili Mungu apewe utukufu.

Bwana ni yule yule jana, leo na milele. Atakuwa pamoja nasi mpaka arudi kutuchukua. Atahakikishia makanisa na washiriki wao ambao Mungu aliimarisha.

Kanisa la Filadelfia Lilitunza Neno La Mungu Likiwa na Nguvu Kidogo Peke Yake

Sababu ya Kanisa la Filadelfia liliweza kupokea baraka hizi zote ni kwamba walilitunza neno La Mungu likiwa na nguvu kidogo peke yake na halikulikana jina la Bwana. Kwa kuwa Bwana alikuwa amewasifu kwa kuwa kanisa lililokuwa likifanya vizuri sana, kwa nini basi alisema kwamba walikuwa na nguvu kidogo peke yake?

Ina maana mbili. Kwanza, 'nguvu kidogo' inarejelea hali ambapo tuna imani ndogo kama ya tembe ya haradali, baada tu ya kumkubali Bwana. Hata hivyo, tembe ndogo ya haradali kama hiyo hukua na kuwa mti mkubwa, na ndege wengi huja na kupumzika katika matawi yake. Vivyo hivyo, imani yetu inakua na kuwa imani kuu tunapoendelea katika maisha yetu ya Kikristo.

Kuanzia wakati walipokuwa na nguvu ndogo, yaani, tangu walipokuwa na kipimo kidogo cha imani, Kanisa la Filadelfia lilitunza neno la Mungu hivi kwamba walijifunza na kukua katika imani yao.

Kwanza, si rahisi hapo mwanzo wa maisha ya Kikristo kutunza neno la Mungu na nguvu kidogo kama hiyo. Kwa sababu walikuwa na nguvu kidogo ya kushinda ulimwengu, hata ingawa wanajua ukweli ni upi, hawawezi kuutekeleza maishani mwao.

Kwa mfano, wanasikiliza ujumbe kwamba wanapaswa kuondoa hasira kali. Kwa hivyo, wanaamua kwamba wataishi kulingana na neno. Lakini, wanapokutana na kisa kinachowaudhi, wanakasirika tu kwa kuwa wana nguvu kidogo. Hata hivyo, hata kama wana nguvu kidogo, wanapoliweka neno mioyoni mwao kweli, na kuomba kwa moto, wanaweza kushinda kuishinda kwa msaada wa Roho Mtakatifu.

Kanisa la Filadelfia lilikuwa na nguvu kidogo, lakini waliomba kwa moto na kulitunza neno hivi kwamba imani yao ilikua upesi. Waliweza kuwa kanisa lililoweza kupokea maneno ya sifa kutoka kwa Bwana.

Lingine, kutunza neno la Mungu na nguvu kidogo maanake ni kwamba, hata ingawa kwa kweli walikuwa na nguvu kubwa, walikamilisha mapenzi ya Mungu na unyenyekevu kama ambao walikuwa na nguvu kidogo. Natuangalie hili kupitia kwa mfano wa Yesu, Bwana wetu.

Yesu kiasili ni mmoja na Mungu Baba. Yeye ndiye Mwana wa pekee wa Mungu, na uwezo wake na mamlaka ni sawa na uwezo na mamlaka ya Mungu. Lakini huyu Yesu akachukua mwili wa mwanadamu wa chini aliposhuka hapa chini duniani. Aliishi vile vile wanadamu wanavyoishi. Alilazimika kuwa na njaa ile ile, kuchoka, baridi, na maumivu ya mwili wapatayo wanadamu.

Alikamilisha kazi ya Mwokozi, sio katika hali ya ukuu na utukufu wa Mwana wa Mungu, bali katika hali ya mwanadamu wa kawaida akiwa nguvu kidogo. Hata ingawa alikuwa na nguvu za mwenyezi, alikamilisha kila kitu kulingana na hukumu ya haki kama mtu tu mwenye nguvu kidogo na zilizo na mipaka.

Vivyo hivyo, hata ingawa baadhi yetu tunaweza kuwa na moyo mzuri na uwezekano wa nguvu, Mungu hatupatii nguvu kuu bila masharti tangu mwanzo. Mungu anatuongoza hatua kwa hatua kulingana na hukumu ya haki ili ile nguvu kidogo tuliyo nayo inaweza kukomaa na kuwa nguvu kubwa.

Kupitia kwa Hiyo Nguvu Ndogo, Kanisa la Filadelfia Halikulikana Jina la Bwana

Kanisa la Filadelfia lilipokea sifa kwa kulitunza neno la Bwana na pia kutolikana jina lake. Hapa, maneno 'kukana jina lake' si kukana jina lake kimwili peke yake na kumwacha.

Mapenzi ya Mungu yakijulikana na mtu asiishi kwa mapenzi yake, katika maana pana ni kulikana jina la Bwana. Kuna watu wengine wanaokiri na midomo yao kwamba wana imani. Hata hivyo, wanayumbayumba kulia na kisha kushoto, wanatashwishi na hili na lile, na mwishowe, wanarudi ulimwenguni bila hata kujaribu kweli kufuata mapenzi yake.

Mtu akiwa anajua lakini aendelee kukataa kutii mapenzi ya Mungu kwa sababu hayo mambo yanaonekana madogo, anapokabiliwa na majaribu au dhiki anashindwa kuishinda. Badala yake hunung'unika na kulalamika dhidi ya Mungu. Hata anaweza kuacha hilo kanisa. Anaweza kufikiri, "Hilo ni jambo dogo sana," na akakosa kutii kweli. Lakini mwishowe, hatimaye atakabiliwa na hali ya kumsaliti Bwana.

Kanisa kule Filadelfia lilianza na nguvu kidogo ambayo ilikuwa kipimo kidogo cha imani. Na hata imani yao ilipokuwa inakua, matendo yao yalitosha kupokea sifa kutoka kwa Mungu. Waliishi kwa kufuata neno peke yake katika kila hali. Hawakumkana Mungu hata walipokabiliwa na majaribu na dhiki, bali walitunza imani yao na wakasimama juu ya mwamba wa imani kwa uthabiti zaidi na zaidi.

Ili sisi tuweze kulitunza neno la Bwana, na tusilikane jina la Bwana na 'ngubu kidogo' kama hiyo, la muhimu zaidi, ni lazima tusiache kuomba.

Hatuwezi kuacha mambo yasiyokuwa kweli na kushinda giza kwa nguvu zetu na uwezo wetu wenyewe peke yake. Kwa kuwa tunaweza kuvifanya kwa neema na nguvu za Mungu peke yake, ni lazima tupokee neema na nguvu kupitia kwa maombi.

Ni lazima pia tufahamu kwa usahihi mapenzi ya Mungu ni nini. Ni lazima tujue dhambi ni nini, giza ni nini, na maana na 'mwili' ni nini? Ni lazima tuyaache haya yote upesi. La sivyo, tunaweza kuanguka kutoka kwenye njia ya uadilifu na kwenda njia ya makosa kwa sababu hatuyajui mapenzi ya Bwana.

Kwa hivyo, wale ambao kwa kweli wanataka kujua mapenzi ya Bwana wanaweza kuwa na shukrani na furaha wanapokemewa na kukaripiwa. Hiyo ni kwa sababu wanaweza kuelewa mapenzi ya Bwana kwa uwazi zaidi na zaidi, na aishi kwa kufuata hilo.

Kanisa la Filadelfia Lilipokea Ushahidi wa Upendo wa Bwana

Kama tu anavyosema Bwana, "Nayajua matendo yako," Bwana alijua kila kitu walichokuwa wamefanya kutunza neno lake. Hata ingawa walikuwa na nguvu kidogo ya imani yao ndogo, hawakulikana jina lake, na aliwaonyesha ushahidi wa upendo wake.

Alisema, "Tazama, nakupa walio wa sinagogi la Shetani, wasemao kwamba ni Wayahudi, nao sio, bali wasema uongo, nami nitawafanya waje kusujudu mbele ya miguu yako, na kujua ya kuwa nimekupenda" (kif. 9).

Kama ilivyoelezwa awali, "sinagogi la Shetani' ni kundi la watu wawili au zaidi linalosema kinyume na kweli na kusababisha matatizo ndani ya kanisa. Na wale "wasemao kwamba ni Wayahudi, nao sio" ni wale wanasema wanamwamini Mungu na kwamba ni watoto wa Mungu, lakini ni wa sinagogi la Shetani. Huzuia Ufalme wa Mungu.

Wanajiita watoto wa ungu na midomo yao, lakini hawaishi katika kweli, na wanasengenya, wanahukumu, na kuwahesabia hatia watu wengine. Wanaleta matatizo tu na mabishano kwa kanisa.

Kama jambo haliko kulingana na dhana yao au mifumo yao, wanahesabia hatia watu wengine wanafunua utukufu wa Mungu kupitia maajabu na ishara za miujiza. 'Wale wasemao kwamba ni Wayahudi nao sio' ni wale wanaosema ni waamini lakini wanatesa makanisa na wachungaji ambao Mungu mwenyewe amechagua, na wanauzuia ufalme wa Mungu.

Biblia inasema yule amkanaye Kristo Yesu ni mwongo, na mpinga Kristo (1 Yohana 2:22). Lakini kuna wengine wadanganyao hata ingawa wanasema kwamba wanaamini.

1 Yohana 1:6 inasema, "Tukisema ya kwamba twashirikiana naye, tena tukienenda gizani, twasema uongo, wala hatuifanyi iliyo kweli." Kama ilivyosemwa, waongo ni wale wasemao wanaamini, lakini kwa kweli hawaishi kwa kufuata neno la Mungu.

Bwana anasema, "Nitawafanya waje kusujudu mbele ya miguu yako." Maanake ni kwamba hata watu kama hao hatimaye watatambua makosa yao mbele za uwezo wa Mungu, watubu, na waje. Kupitia kwa hili, Mungu anathibitisha kwamba analipenda kanisa na watumishi wake.

Kanisa kule Filadelfia pia lilipatwa na mateso na mambo magumu kutoka kwa wale waliosema kwamba ni Wayahudi nao sio. Lakini Mungu aliwafanya watu kama hao waje watubu mbele ya kanisa. Mungu alionyesha ushahidi kwamba alilipenda Kanisa la Filadelfia. Lakini si wote ambao wangetubu na kugeuka.

Walikuwa wametenda dhambi tayari ya kumkufuru Roho Mtakatifu kwa kusema kinyume na Roho Mtakatifu. Kwa hivyo si rahisi kwao kutubu, kugeuka, na wasamehewe (Mathayo 12:31-32). Lakini kati ya wale wanaojiita Wayahudi, kuna baadhi yao wana mioyo mizuri. Wanaposikia neno la kweli na waone kazi za uwezo wa Mungu, watatambua dhambi zao na watubu.

Mungu Anaonyesha Ushahidi wa Upendo kupitia Majaribu

Wakati mwingine, Mungu huwaruhusu watoto wake wapendwa wapitie mateso au majaribu katika utaratibu wa kuwasafisha. Lakini mwisho wake hugeuka na kuwa baraka, na kwa hakika kutakuwa na ushahidi. Kwa upande mwingine, wale watesao au kuleta matatizo watakabiliwa na hukumu katika hukumu ya haki.

Hiyo ni kwa sababu kumpinga mtu au kanisa ambalo Mungu analipenda na kulihakikishia ni kumpinga Mungu mwenyewe. Kwa hivyo, tunaposoma Biblia, tunaona watu wa aina hii wakikabiliwa na misiba mwishoni. Watu wanaposema kwamba wanampenda Mungu, ni lazima waonyeshe ushahidi wa upendo wao na matendo yanayofuatana nao. Vivyo hivyo, Mungu hawaambii watoto wake, 'Nampenda' peke yake, bali pia huwaonyesha ushahidi kamili wa upendo wake.

Katika Biblia, wale wapendwao na Mungu waliweza kuonyesha ushahidi wa wazi kwa Mungu alikuwa pamoja nao. Mungu ni yule yule jana na leo na milele, na Mungu huonyesha katika njia mbalimbali ushahidi kwa yale makanisa na wachungaji awapendao.

Kwanza, Mungu huonyesha kazi zisizohesabika zikimshuhudia kwamba yeye ni Mungu aliye hai. Pia katika msukumo wa Roho Mtakatifu, Mungu hufasiri siri ya ndan ya ulimwengu wa kiroho ambayo hakuna mtu anayeweza kuifahamu. Adui ibilisi anaweza kujaribu kutatiza, lakini Mungu anaonyesha ushahidi kwa kuwalinda.

Licha ya hayo, vizuizi vya wale wanaojiita Wayahudi nao sio, vinaweza kuwa kidato cha kudhihirishia uwezo mkuu zaidi wa Mungu.

Adui ibilisi na Shetani anaweza kuchochea watu wabaya walete majaribu na mateso kinyume na wateule wa Mungu, lakini kupitia hayo wanaweza kupokea uwezo mkuu zaidi wa Mungu kulingana na sheria ya hukumu ya haki. Jinsi watakavyoshinda majaribu na wema, upendo, na imani, ndivyo wanavyoweza kupokea uwezo mkubwa zaidi wa Mungu. Mwishowe, kiwango cha kushangaza cha uwezo wa Mungu kinaweza kufikiwa na wateule wa Mungu.

Kanisa la Filadelfia Lilijiepusha na Saa ya Kuharibiwa

Waamini katika Kanisa la Filadelfia walilitunza neno La Mungu na hawakulikana jina la Bwana ingawa walikuwa na nguvu kidogo. Pia walitunza neno la subira yake, na wakatunzwa kutoka kwa saa ya kuharibiwa (kif. 10). Kwa nini inasema 'neno la subira'?

Ili waweze kutunza neno la Mungu, wakati mwingine inahitaji subira nyingi. Hasa ni kweli tunapokuwa na nguvu kidogo, au imani dhaifu. Kwa kuwa katika kirai cha imani dhaifu sifa za kufuata mambo yasiyokuwa kweli zina nguvu zaidi mioyoni mwetu kuliko sifa za kufuata wema na kweli, ili tuweze kushinda na kupigana na dhambi na kufuata kweli, ni lazima tudumu katika kuvumilia na kuomba na kufunga.

Lakini moyo wa kweli unapokua na kuwa na nguvu kuliko ule wa mambo yasiyokuwa kweli, basi kufuata kweli kunakuwa rahisi zaidi. Hatuna haja ya kuyavumilia au kukandamiza tamaa za mwili kama hapo awali. Matendo ya kweli kiasilia hufuata baada ya jitihada kidogo tu.

Lakini tusiache mioyo yetu ipumzike kwa sababu tu moyo wa kweli una nguvu kuliko ule wa mambo yasiyokuwa kweli.

Mpaka tuache kila aina ya uovu, ni lazima tuvumilie na subira na tudhibiti yale yanayoweza kutoka ndani yetu.

Tunapojaribu kuvumilia na subira na tufanye tuwezavyo kuishi kwa kufuata neno la Mungu kulingana na kipimo chetu cha imani, Mungu huchukulia jitihada zetu kama matendo ya imani. Mungu huwalinda watoto kama hao na kuwabariki ili kujiepusha na majaribu.

Basi, maanake nini kusema, "mimi nami nitakulinda, utoke katika saa ya kuharibiwa"? Hakika Mungu huwalipa watu kulingana na yale waliyofanya. Mungu huwalinda watoto wake dhidi ya mamlaka ya giza almradi waishi katika neno na katika nuru.

Kwa mfano, Mungu anaweza kuwapa ulinzi katika nyanja za kimsingi almradi waiweke Sabato iwe takatifu na kutoa mafungu ya kumi kamili. Hata wakihusika katika ajali waliyoisababisha wenyewe, Mungu huwalinda ili wasijeruhiwe. Je, wakilitunza neno katika subira na kuishi katika kweli? Kwa kweli Mungu atawalinda katika kila nyanja.

Sababu za Kupitia Mitihani na Majaribu

Wakristo wengine wanaonekana kuishi maisha mazuri ya Kikristo, lakini wanapatwa na majaribu na dhiki mbalimbali. Kisha, kuna watu wengine wanaosema mambo kama, "Wanaweza kuwa wamefanya dhambi mbele za Mungu," au "Wanafanya kazi tu wakati wanapotazamwa na wengine peke yake." Wanaanza kusengenya, kupima, kuhukumu na kuhesabia hatia.

Kwa kweli, watoto wa Mungu wanapotunza neno lake na kuishi katika kweli, Mungu huwalinda ili waweze kujiepusha na majaribu na mashaka. Hata watoto wa Mungu wanapokabiliwa na majaribu, Mungu hufanya kila kitu kifanye kazi kwa wema (Warumi 8:28). Kwa hivyo, tukiwa hatulindwi na Mungu na tupatwe na majaribu na mashaka, ni lazima tuangalie nyuma na tujichunguze kama tumeenenda sawasawa machoni pa Mungu.

Wakati mwingine, hata hivyo, tunaweza kukabiliwa na majaribu hata kama tumeishi maisha halisi ya Kikristo. Basi katika kisa hiki, ni jaribu ambalo Mungu ameruhusu ili atupatie baraka. Kwa hivyo, tunapomwona mtu akipatwa na majaribu, tusimhukumu kwa yale tunayoyaona kwa nje, tukifikiri tunachanganua kweli.

Kwa mfano, Yusufu aliuzwa utumwani katika nchi nyingine na alipofungwa gerezani kimakosa, alionekana kupatwa na majaribu kutoka katika mtazamo wa kimwili. Lakini haya yote yaliruhusiwa kwake katika upaji wa Mungu aliyepanga kumfanya Yusufu awe mtawala na kuweka misingi ya Israeli. Kwa hivyo haya majaribu hayakuleta tu baraka za kibinafsi kwa Yusufu, bali pia utukufu mkubwa kwa Mungu.

Vivyo hivyo, Wakristo waaminifu wanapoteswa na hata kuuawa kifo cha ufiadini. Si kwamba hawakulindwa na Mungu. Bali ni kwamba waliyashinda hayo majaribu.

Kama ilivyoandikwa katika Warumi 8:18, "Kwa maana nayahesabu mateso ya wakati huu wa sasa kuwa si kitu kama utukufu ule utakaofunuliwa kwetu," wanaweza kupokea utukufu ambao hauwezi kulinganishwa na mateso yapitayo hapa duniani.

'Saa ya uharibifu' inaonyesha kwa utondoti zaidi wakati wa Miaka Saba ya Dhiki Kuu Kwa hivyo, tunapoishi katika nyakati hizi za mwisho wa ulimwengu, ni lazima tuwe macho na tuishi maisha ya utulifu katika imani ili tusianguke katika saa ya uharibifu.

Mwisho wa ulimwengu, tukienda kanisani tu lakini tusitekeleze neno la Mungu na tukishika ulimwengu urafiki, basi hatutanyakuliwa hewani Bwana wetu anaporudi. Badala yake, tutaanguka katika Miaka Saba ya Dhiki Kuu. Lakini, tukilitunza neno katika subira, hatutaepuka tu saa ya uharibifu, bali pia tutaingia katika Miaka Saba ya Karamu ya Harusi itakayofanywa hewani pamoja na Bwana.

Bwana atakaporudi tena hewani, wale waliolala katika Bwana watafufuka kwanza. Kisha, wale walio hai na wamemkubali Bwana watavaa mwili uliofufuliwa na wanyakuliwe hewani. Watasherehekea Karamu ya Harusi ya Miaka Saba hewani.

Wakati ule, Roho Mtakatifu atachukuliwa kutoka hapa duniani. Ulimwengu utaingia katika Miaka Saba ya Dhiki Kuu. Nguvu za giza zitatawala kabisa juu ya ulimwengu. Mpinga Kristo atatokea. Watu wake watawapata wale watakaokuwa wanajaribu kushika imani katika Yesu Kristo. Watajaribu kuwafanya wamkane Bwana kwa mateso makali.

    Ili tuweze kujiepusha na saa hii ya Miaka Saba ya Dhiki Kuu, ni lazima tuwe macho, tuombe, na kujipamba kama mabibi harusi wa Bwana. Yaani, ni lazima tuache kila aina ya uovu ili tuukamilishe moyo wa Bwana.

Ahadi ya Bwana kwa Kanisa la Filadelfia

Naja upesi. Shika sana ulicho nacho, asije mtu akaitwaa taji yako. Yeye ashindaye, nitamfanya kuwa nguzo katika hekalu la Mungu wangu, wala hatatoka humo tena kabisa, nami nitaandika juu yake jina la Mungu wangu, na jina la mji wa Mungu wangu, huo Yerusalemu mpya, ushukao kutoka mbinguni kwa Mungu wangu, na jina langu mwenyewe, lile jipya. Yeye aliye na sikio, na alisikie neno hili ambalo Roho ayaambia makanisa (Ufunuo 3:11-13).

Kanisa la Filadelfia lilitunza neno na subira tangu wakati walipokuwa na nguvu kidogo, na kwa hivyo, Bwana akawafungulia lango la baraka na akawaonyesha ushahidi wa upendo wake. Licha ya hayo, aliwaambia anakuja upesi, na jinsi walivyotakiwa kufanya (kif. 11).

Sasa, ahadi ya Bwana wetu, "Naja upesi!" haikufanya kazi miaka 2,000 iliyopita peke yake, bali pia inafanya kazi vivyo hivyo hata leo. Watu wengine wanaweza kusema, "Alisema anakuja upesi, lakini ni kwa nini anakawia kuja?" Lakini kwa kweli hakawii kuja.. Neno lake limeendelea kutimizwa mpaka wakati huu. Watu wengi huishi kwa miaka sabini au themanini Peke yake na afya, na kisha walikutana na Bwana aliyesema "Naja upesi."

Kwa hivyo tusifikiri kwamba kuja kwa Bwana kunakawia (2 Petro 3:9-10), bali natujitayarishe vizuri kustahili kumkaribisha Bwana wakati wowote.

Basi, maneno ya ushauri na baraka za Bwana kwa Kanisa la Filadelfia ni nini?

Bwana Anatutaka Tushike Sana Kile Tulicho Nacho

Kwanza, Bwana aliliambia Kanisa la Filadelfia, "Shika sana ulicho nacho, asije mtu akaitwaa taji yako" (kif. 11). Bwana wetu wakati mmoja aliliambia Kanisa la Thiatira, "Ila mlicho nacho kishikeni sana, hata nitakapokuja" (Ufunuo 2:25). Inamaanisha kwamba ni lazima watunze imani waliyokuwa nayo, ili wasipoteze nafasi ya wokovu.

Lakini Bwana alipoliambia Kanisa la Filadelfia, "Shika sana ulicho nacho," si kuhusu mambo ya wokovu tu.

Kuanzia wakati walipokuwa na nguvu kidogo ya imani yao ndogo, washiriki wa Kanisa la Filadelfia walitunza neno la Mungu. Kwa hivyo, maana ya hapa ni kwamba wanapaswa kutimiza majukumu yao waliyopewa na Mungu barabara ili waweze kupokea taji na zawadi ambazo Mungu aliahidi kuwapa kule mbinguni. Kwa hivyo Bwana wetu anawaonya wasipoteze taji kwa kuwa wachafu mahali fulani hapo njiani.

Kwa kweli, wakati tufikapo mbinguni, taji tulizopokea tayari hazitachukuliwa. Lakini almradi tuko hapa duniani, tukivunjika moyo au kuchafuliwa hapo njiani, basi taji tunazopaswa kupokea kule mbinguni tutapokonywa.

Kama kweli tuna imani, na tumaini la kuingia mbinguni, ni lazima tusipuuze majukumu yetu tuliyopewa na Mungu wala kuyaacha na kupoteza taji zilizoahidiwa. Pia, ni lazima tusiwe na akili za kiburi katika majukumu yetu tukifikiri, "Hayawezi kufanyika bila mimi." Kinara cha mataa kinaweza kuondolewa. Ni lazima tushike mtazamo wa unyenyekevu, upendo wa kwanza, na moto wetu wa kwanza.

Mungu haachi kutimiza kazi zake. Kwa hivyo, kama hatutatimiza majukumu yetu, katika hali yoyote, Mungu atakamilisha kazi zake kupitia kwa mtu mwingine aliyemtayarisha tayari.

Mungu hatupokonyi majukumu yetu mara moja tu kwa sababu tumeyapuuza mara moja au mara mbili. Yeye hakika huendelea kutupatia nafasi zaidi ili tuweze kuyarudia. Lakini tukiwa hatutabadilika hata baada ya kutupatia hizi nafasi nyingi, Mungu atamweka mtu mwingine badala yetu ili akamilishe ufalme wa Mungu.

Tumekuwa tukiacha dhambi kwa bidii na kusonga mbele na tumaini la mbinguni. Basi, tusipoteze zawadi zote ambazo tumekuwa tukiweka kule mbinguni kwa kuangalia nyuma kule ulimwenguni.

Tuseme tumekuwa waaminifu katika maisha yetu ya Kikristo na tunaweza kuingia makao mazuri kule mbinguni. Lakini tukifanya dhambi zinazoleta kifo, hata tukitubu na kuziacha dhambi, ni lazima tuanze upya tena kuanzia Paradiso, makao ya chini kabisa.

Lakini tukigeuka kweli na kupokea neema kutoka kwa Mungu na jitihada zetu, tunaweza kurejesha hadhi yetu ya zamani. Kulingana na jitihada zetu, tunaweza pia kutarajia makao mazuri kule mbinguni.

Bara ya Kuwa Nguzo katika Hekalu la Mungu

Kanisa la Filadelfia liliposhika sana kile walichokuwa wanafanya na hatimaye wakaweza kushinda, Bwana aliwapa ahadi kwamba angewafanya kuwa nguzo katika hekalu la Mungu wake (kif. 12).

'Hekalu la Mungu wangu' hapa linaonyesha pale mahali palipo na kiti cha enzi cha Mungu. Hii ni Yerusalemu Mpya. Kuwa nguzo katika Yerusalemu Mpya maanake ni kuwa mtu wa muhimu katika Yerusalemu Mpya. Hii ni baraka kuu sana.

Lakini baraka hii haipewi mtu yeyote tu, lakini inapewa wale washindao peke yao. Washiriki wa Kanisa la Filadelfia walikuwa na imani ndogo, lakini wakalitunza neno la Mungu na hawakulikana jina la Bwana kamwe. Kulingana na hilo, imani yao ilipokuwa inakua, waliweza kutekeleza kweli bila kubadilika na kufikia utakaso kamilifu. Na waliweza kuyatimiza majukumu yao waliyopewa na Mungu kwa uaminifu.

Haya ndiyo maisha ya yule ashindaye, na zaidi ya hayo, yeye ambaye imani yake inatambuliwa kuwa kamilifu na Bwana, atakuwa nguzo ya Yerusalemu Mpya. Lakini hata ingawa Mungu ametupatia ahadi ya baraka, kama hatutashika sana ahadi yake na kutunza mioyo yetu, ahadi za baraka zitachukuliwa.

Tunapotimiza majukumu yetu bila kubadilika na tushinde mpaka neno tulilopewa liwe halisi, tunaweza kupokea taji na zawadi tulizoahidiwa, na pia baraka za kuwa nguzo katika Yerusalemu Mpya.

Kwa kuwa Mungu habadiliki kamwe, hachukui baraka hizi katu. Kwa sababu hizi baraka haziwezi kuchukuliwa, Bwana alisema, "Wala hatatoka humo tena kabisa."

Pia, Bwana aliendelea kusema, "Nami nitaandika juu yake jina la Mungu wangu, na jina la mji wa Mungu wangu, huo Yerusalemu mpya, ushukao kutoka mbinguni kwa Mungu wangu, na jina langu mwenyewe, lile jipya" (kif. 12). Hili maanake ni kwamba Mungu huthibitisha na kuhakikisha ahadi yake kwa kuipiga mhuri kabisa katika jina la Mungu, jina la Yerusalemu Mpya, na jina jipya la Bwana wetu.

Jina jipya la Bwana wetu ni "Mfalme wa wafalme na Bwana wa mabwana." Ni jina tukufu alilopewa Bwana Yesu aliyekamilisha upaji wa Mungu wa wokovu wa wanadamu kwa kutukomboa kutoka kwa dhambi zetu, na aliyefufuka na kupaa mbinguni (Wafilipi 2:9-11).

Sifa za Kuingia Yerusalemu Mpya

Yerusalemu ilikuwa mji mkuu wa Israeli. Huko ndiko wafalme wa Israeli walikokaa. Sadaka zote zilizotolewa kwa Mungu zilitolewa katika Hekalu Takatifu la Mungu katika mji wa Yerusalemu. Hata hivyo, Yerusalemu Mpya sio kama Yerusalemu ya hapa duniani ambayo mwisho itapotea. Mji Mtakatifu, Yerusalemu Mpya ni wa milele na Yerusalemu ya milele ni mahali ambapo Mungu mtakatifu mwenyewe hukaa (Ufunuo 21:1-2).

Ni wale waliotakaswa kabisa na waaminifu hapa duniani peke yao wanaweza kuingia Yerusalemu Mpya. Huko, Mungu atawaruhusia utukufu wa milele. Hiyo ndiyo sababu unaitwa 'Mji wa Utukufu.' Ahadi ya tumaini hili haiko juu ya Kanisa la Filadelfia peke yake, bali kwa makanisa yote na waamini wote wanafanya mambo kama Kanisa la Filadelfia na washiriki wake.

Lakini hatuwezi kuingia huko kama hatuwaaminifu kwa kiwango cha juu kabisa na kipimo kamili cha imani. Ni lazima tutimize utakaso kamilifu bila aina yoyote ya uovu na ni lazima tuwe waaminifu katika nyumba yote ya Mungu. Tunaweza kuingia huko na kiwango cha juu kabisa cha imani peke yake. Imani yetu haiwezi kufikia kiwango hiki katika siku moja. Pia, hatuwezi kufikia kiwango hiki cha imani na nguvu zetu wenyewe peke yake.

Katika Biblia, wale mababa wa imani waliochukuliwa kuwa wanastahili kuingia Yerusalemu Mpya walijitokeza kama dhahabu safi kwa kupitia majaribu makali sana ya usafishaji katika upaji wa Mungu. Walitimiza majukumu yao ambayo hayangeweza kufanywa na watu wa kawaida, hata kufikia mahali pa kufa. Ni hapo peke yake ndipo waliweza kufuzu kuingia Yerusalemu Mpya.

Kwa hivyo, natulitunze neno la Saburi bila kubadilika, hata ingawa tuna imani ndogo. Tusipokee ushahidi peke yake wa kwamba Mungu anatupenda kwa kutakaswa kikamilifu na kuwa waaminifu kabisa, lakini pia tupokee baraka ya kuwa nguzo katika Yerusalemu Mpya.

SURA YA 7

KANISA LA LAODIKIA :
- Kanisa Kubwa ambalo Halikuwa Moto Wala Baridi

Kanisa la Laodikia lilifurahia maisha ya utajiri wa fedha, lakini walikuwa katika hali ya unyonge. Kiroho walikuwa katika majaribu, walikuwa vipofu, na walikuwa uchi. Bwana aliwakaripia kwa kutokuwa moto wala baridi, na akawaambia wawe na moto zaidi na watubu.

Hili ndilo neno linalopewa makanisa leo ambayo hayajaribu kuwa na ari zaidi au kujibadilisha wakisema, "Sisi ni tajiri, hatuna haja na kitu."

Ufunuo 3:14-22

Kwa malaika wa kanisa lililoko Laodikia andika: Haya ndiyo anenayo yeye aliye Amina, Shahidi aliye mwaminifu na wa kweli, mwanzo wa kuumba kwa Mungu:

'Nayajua matendo yako, ya kuwa hu baridi wala hu moto; ingekuwa heri kama ungekuwa baridi au moto. Basi, kwa sababu una uvuguvugu, wala hu baridi wala moto, nitakutapika utoke katika kinywa changu." Kwa kuwa wasema, "Mimi ni tajiri, nimejitajirisha, wala sina haja ya kitu," nawe hujui ya kuwa wewe u mnyonge, na mwenye mashaka, na maskini, na kipofu, na uchi. Nakupa shauri, ununue kwangu dhahabu iliyosafishwa kwa moto, upate kuwa tajiri, na mavazi meupe upate kuvaa, aibu ya uchi wako isionekane, na dawa ya macho ya kujipaka macho yako, upate kuona. Wote niwapendao mimi nawakemea, na kuwarudi; basi uwe na bidii, ukatubu. Tazama, nasimama mlangoni, nabisha; mtu akiisikia sauti yangu, na kuufungua mlango, nitaingia kwake, nami nitakula pamoja naye, na yeye pamoja nami. Yeye ashindaye, nitampa kuketi pamoja nami katika kiti changu cha enzi, kama mimi nilivyoshinda nikaketi pamoja na Baba yangu katika kiti chake cha enzi. Yeye aliye na sikio, na alisikie neno hili ambalo Roho ayaambia makanisa.

Barua ya Bwana kwa Kanisa la Laodikia

Kwa malaika wa kanisa lililoko Laodikia andika: Haya ndiyo anenayo yeye aliye Amina, Shahidi aliye mwaminifu na wa kweli, mwanzo wa kuumba kwa Mungu (Ufunuo 3:14).

Injili ilihubiriwa kule Laodikia kupitia kwa Epafrodito, mfanyakazi mwenza wa mtume Paulo. Mtume Paulo pia alikuwa na shauku na Laodikia (Wakolosai 4:15-16). Kanisa la Laodikia lilianzishwa katika hali nzuri. Walikuwa na mazingira mazuri, lakini badala ya kukua katika maisha yao ya kiroho, walikwama kwa sababu ya majaribu ya pesa na raha walizokuwa nazo maishani mwao. Bwana alilizimika kuwakemea kwa kuwa vuguvugu.

Ndilo kanisa lililokemewa peke yake bila kupokea sifa zozote kutoka kwa Bwana. Kanisa la Sardi lilikemewa lakini lilikuwa na watu ambao hawakuyachafua mavazi yao. Lakini Kanisa la Laodikia lilipokea makaripio peke yake.

Aliye Amina, Shahidi aliye mwaminifu na wa kweli:

Maandiko yanasema kuhusu Bwana anayeandika kwa malaika wa Kanisa la Laodikia, "Haya ndiyo anenayo yeye aliye Amina, Shahidi aliye mwaminifu na wa kweli, mwanzo wa kuumba kwa Mungu" (kif. 14). Bwana alisema 'Ndio' na 'Amina' peke yake mbele ya Baba Mungu. Hapakuwa na kutotii kwa kusema 'La.' Yesu alikuwa yuna namna ya Mungu, lakini hakuona kule kuwa sawa na Mungu kuwa ni kitu cha kushikamana nacho. Bali alikuja hapa duniani na akafanywa katika mfano wa wanadamu.

Mpaka Mwana wa Mungu mwenye utukufu akadharauliwa na kukataliwa na viumbe wake mwenyewe na akasulubiwa, kulikuwa na 'Ndio' peke yake ndani yake (Wafilipi 2:6-8). Hiyo ndiyo sababu 2 Wakorintho 1:19 inasema, "Maana Mwana wa Mungu, Kristo Yesu, aliyehubiriwa katikati yenu, hakuwa Ndiyo na siyo; bali katika yeye ni Ndiyo."

Sisi kama watoto wa Mungu, lazima tuweze kusema 'Ndiyo,' na 'Amina' peke yake mbele ya Mungu. Ni lazima tuchukulie dhana yetu au nadharia au kila tunachofikiri kwamba ni kweli, kwamba hakina thamani yoyote, na tulitii neno la Mungu. Waamini wengi hawaamini kweli au kulitii neno kama neno la Mungu halishikani na fikira zao wenyewe.

Wakati mwingine, wanaonekana kutii neno mwanzoni, lakini

wanapokutana na mambo magumu, hugeuka katika mawazo yao ya kimwili. Hii huwa sababu kwamba hawawezi kuona kazi ya Mungu wala kumpa utukufu.

Katika 2 Wakorintho 1:20 imenakiliwa, "Maana ahadi zote za Mungu zilizopo katika yeye ni Ndiyo; tena kwa hiyo katika yeye ni Amin; Mungu apate kutukuzwa kwa sisi." Kama tu alivyofanya Bwana, tunapotii na 'Ndiyo' na 'Amina' peke yake, Mungu atahakikisha matokeo ya utiifu wetu. Kwa njia hii, tutaweza kuishi maisha yanayompa utukufu Mungu peke yake.

Lingine, Bwana ni "Shahidi aliye mwaminifu na wa kweli." Mtu mwaminifu atangazi dhana zake mwenyewe. Hatafuti hata manufaa yake mwenyewe. Ndani yake mna 'Ndiyo' na 'Amina' peke yake. Kwa mfano, mfalme anapoamuru, mtumishi mwaminifu huenda hata kama anajua kwamba anaweza kufa.

Kwa kuwa Bwana wetu Yesu alikuwa mwaminifu, alitii na 'Amina' peke yake hadi kufa, na mwisho akatimiza kabisa unabii wote kuhusu Masihi ambao ulitabiriwa katika Agano la Kale. Kwa hivyo, kama Bwana alivyokamilisha neno la Mungu kwa uaminifu, alikuwa Shahidi wa kweli kwa ukweli kwamba ahadi ya Mungu inatimizwa kikamilifu.

Bwana Ndiye Mwanzo wa Uumbaji

Bwana Ndiye 'Mwanzo wa uumbaji wa Mungu.' Wakolosai 1:15-17 inasema, "Naye ni mfano wa Mungu asiyeonekana, mzaliwa wa kwanza wa viumbe vyote. Kwa kuwa katika yeye vitu vyote viliumbwa, vilivyo mbinguni na vilivyo juu ya nchi, vinavyoonekana na visivyoonekana; ikiwa ni vitu vya enzi, au usultani, au enzi, au mamlaka; vitu vyote viliumbwa kwa njia yake, na kwa ajili yake. Naye amekuwako kabla ya vitu vyote, na vitu vyote hushikana katika yeye."

Kiasili ulimwengu wote na kila kitu ndani yake viliumbwa kwa neno la Mungu. Injili ya Yohana 1:1 inasema, "Naye Neno alikuwako kwa Mungu, naye Neno alikuwa Mungu." Bwana ni mmoja kiasili na Mungu, na Neno lililokuja humu ulimwenguni katika mwili ni Yesu. Kwa hivyo, Bwana ndiye Mwanzo wa uumbaji wa Mungu.

Basi, ni kwa nini Bwana anaeleza yeye ni "Aliye Amina, Shahidi aliye mwaminifu na wa kweli, Mwanzo wa kuumba kwa Mungu," kabla kunena na Kanisa la Laodikia? Ni kuthibitisha kwamba neno la Mungu lote hakika litatimizwa na kwamba hukumu ya Mungu ni ya haki na kweli.

Bwana – ambaye ndiye Mwanzo we uumbaji wa Mungu, ambaye alikamilisha kabisa neno lote la Mungu na 'Ndiyo' na 'Amina' peke yake – pia anataka kutukumbusha ukweli kwamba neno lililopewa Kanisa la Laodikia pia litatimizwa.

Makanisa Yanayofanana na Kanisa la Laodikia

Kanisa linapoomba kwa bidii na kufanya kazi kwa uaminifu kwa ajili ya ufalme wa Mungu, Mungu huwapatia uvuvio na baraka za kifedha. Humpatia kila mshiriki baraka halisi anazostahili. Kuna makanisa mengine leo yanayotumia vibaya baraka wanazopewa na Mungu. Yaani, na baraka walizopewa, kanisa na washiriki huridhiana na ulimwengu.

Kanisa linapoendelea kukua katika ukubwa, kwa kiasi fulani pia hupata mali, umaarufu, na mamlaka ya kijamii. Baadaye wakipuuza kazi za Mungu na kufuata umaarufu na mali zaidi, wanashughulika, kuishi na kucheza kati ya Mungu na ulimwengu. Badala ya kuelekeza shauku zao kwa kuokoa roho nyingine na kupanua ufalme wa Mungu, wanaridhiana na ulimwengu. Wakiendelea kushirikiana na ulimwengu zaidi huungana na wenye mali, umaarufu na mamlaka.

Kwa kweli, haimaanishi ni lazima tugomee au kuwatenga wenye mali, umaarufu, na mamlaka katika ulimwengu huu. Ni lazima tuwapokee na upendo wa Kristo, tushirikiane nao, na tupande imani ndani yao ili tumpe Mungu utukufu. Hakika tukifuata njia hii, litakuwa jambo jema.

Lakini bila kuwa na shauku ya dhati katika lengo kama hilo, lakini kuwa tu na mali zaidi, umaarufu, na mamlaka, makanisa mengine huridhiana na ulimwengu. Bwana anayakemea haya makanisa na kusema yako vuguvugu.

Kemeo la Bwana kwa Kanisa la Laodikia

Nayajua matendo yako, ya kuwa hu baridi wala hu moto; ingekuwa heri kama ungekuwa baridi au moto. Basi, kwa sababu una uvuguvugu, wala hu baridi wala moto, nitakutapika utoke katika kinywa changu. Kwa kuwa wasema, 'Mimi ni tajiri, nimejitajirisha, wala sina haja ya kitu,' nawe hujui ya kuwa wewe u mnyonge, na mwenye mashaka, na maskini, na kipofu, na uchi (Ufunuo 3:15-17).

Wakati huo sufu ilikuwa nyingi kule Laodikia. Walikuwa matajiri sana hata walikuwa na mabenki ya biashara katika siku za kwanza za historia yao. Hata katika tetemeko kuu la ardhi mwaka wa 17 BK, tofauti na miji mingine, waliweza kuinuka tena bila msaada wowote kutoka kwa serikali kuu ya Ufalme wa Kirumi.

Kanisa la Laodikia lilikua katika utajiri huo, na wakakaripiwa na Bwana kwa kutokuwa moto wala baridi, bali vuguvugu. Bwana akawaambia wawe moto au baridi, la sivyo angewatapika kutoka mdomoni mwake.

Imani ya Vuguvugu, Si Moto Wala Baridi

Tunapobandika maji motoni, yanakuwa moto, lakini tukiyaepua, yanakuwa vuguvugu, na hatimaye yanakuwa baridi. Basi, kuwa baridi, moto, na vuguvugu katika imani ni nini? 'Kuwa baridi' katika roho ni 'kutokuwa na kazi za Roho Mtakatifu katika moyo wa mtu'; ni hali ya kutokuwa na uhusiano wowote na wokovu.

Wakati mwingine, kati ya washiriki wa kanisa, kuna wengine ambao hawakupokea roho mtakatifu. Kwa hivyo hawajui imani ya kweli ni nini, na hawaelewi wokovu ni nini. Pia, kati ya Wakristo ambao wakati mmoja walimpokea Roho Mtakatifu, kuna wengine ambao hawaondoi tamaa zao kwa ulimwengu. Kwa sababu hiyo, baadaye humzima Roho Mtakatifu na kugeukia ulimwengu. Bwana anasema kwamba watu kama hao wanaokuwa mbali na wokovu ni 'baridi.'

Kwa upande mwingine, 'kuwa moto' kunaonyesha hali ambayo imani ya wale waliompokea Roho Mtakatifu inakua kwa kupewa nguvu mpya za kiroho kila siku. Tunapofungua mlango wa mioyo yetu na kumpokea Roho Mtakatifu, tunaweza kuelewa neno la Mungu kwa msaada wa Roho Mtakatifu. Tunapoendelea kujua mengi zaidi kuhusu Mungu, na tunapojaribu kufuata kweli kidogo kidogo, hujazwa Roho Mtakatifu na kupokea neema na nguvu kutoka kwa Mungu; polepole tunamfuata roho katika kila hali.

Kwa kuwa tunapigana na dhambi kwa neno la Mungu hadi kufikia kumwaga damu, mwili hufa lakini roho hukua na tukajitoa kwa ari kuukamilisha ufalme wa Mungu. Pia, kama tu anavyosema Bwana katika Marko 12:30, tunaweza kumpenda Mungu kwa mioyo yetu yote, akili zetu zote, na nguvu zetu zote. Hiyo ni imani 'moto.'

Imani moto au baridi haionyeshi kipimo cha imani. Si lazima iwe kweli kwamba waamini wa kawaida wana imani baridi, wala si kweli kwamba wale walioenda kanisani kwa muda mrefu au wenye cheo kanisani wana imani iliyo moto.

Hata kama mtu ana imani kiasi kidogo tu na hafuati kweli kikamilifu, almradi afanye awezavyo kufuata mapenzi ya Mungu kulingana na kipimo cha imani, anaweza kuchukuliwa kuwa na imani 'moto.'

Kwa kweli, akiwa na kipimo kidogo peke yake cha imani, mara kwa mara haweki akili yake juu ya mambo ya kimwili lakini pia hufanya matendo ya mwili. Yaani, wale ambao hawajaacha hasira kikamilifu wanaweza kushindwa kujidhibiti. Kisha 'jambo la kimwili' linaweza kuwa 'kazi ya kimwili' wanapokasirika na kugombana.

Lakini, hata katika kisa hicho, akitubu mara moja na kugeuka, na kuendelea kubadilika, basi, imani yake haichukuliwi kuwa baridi. Kwa maneno mengine, akiendelea kujipeleleza, kuomba, kufunga, na kujitahidi kutii neno la Mungu, Mungu humchukulia kuwa na imani moto.

Kwa upande mwingine, mtu akiwa hajaribu kujibadilisha hata kidogo hata ingawa amekuwa Mkristo kwa muda mrefu, au mtu akipotea njia hata ingawa kwa hakika anajua mapenzi ya Mungu ni nini, basi ana imani baridi. Tatizo ni kwamba, hawi na imani baridi ghafula. Imani yake ya kwanza inakuwa imani vuguvugu bila kutambua, na mwishowe inakuwa imani baridi.

Imani vuguvugu inaonyeshwa na imani inayokwama bila kuwa moto hata ingawa mtu huyo anajua kwamba Mungu yuhai na mbinguni na jehanamu viko. Akiwa na aina hii ya imani ya vuguvugu, hata ingawa mtu huenda kanisani akifikiri kwamba ana imani, hakuna mawasiliano na Roho Mtakatifu. Kwa hivyo, sauti ya Roho Mtakatifu haiwezi kusikiwa. Hawezi kuongozwa na Roho Mtakatifu. Hawezi kujipata hata akiwa anasikiliza neno la Mungu.

Anakuja kanisani kwa sababu anajua imani yake ikiwa baridi ataenda Jehanamu. Lakini bado hajitoi kwa ajili ya Bwana. Hatajaribu kumpa Bwana zaidi, kwa hivyo imani yake haitakuwa moto. Zaidi ya hayo, kwa kuwa hautahiri moyo wake, hakuna mabadiliko maishani mwake. Kwa nje anaweza kuonekana kuwa mwaminifu, lakini kwa kuwa hautahiri moyo wake, hata ingawa amekuwa Mkristo kwa muda mref, hakuna mabadiliko kati ya sasa na mwaka mmoja uliopita, miaka mitano au kumi iliyopita. Hawi tofauti na watu wengine wa ulimwengu.

Akiwa na faraja katika hali ya kuwa na imani vuguvugu na hageuki, basi mwishowe atakuwa na imani baridi. Ni maji ya vuguvugu ambayo hayaendelei kuwa vuguvugu bali baada ya muda huwa baridi. Kwa hivyo, watu wanapokuwa na imani vuguvugu kwa muda mrefu, watakuwa hawana uhusiano na wokovu, na hatimaye huingia katika njia ya mauti. Hiyo ndiyo sababu Bwana anasema, "Nitakutapika utoke katika kinywa changu."

Onyo Kali la Bwana Dhidi ya Imani Vuguvugu

Waamini wanapaswa wasimzime kamwe Roho Mtakatifu kwa kuwa na imani inayokuwa baridi. Imani baridi hukata uhusiano na Mungu na kufanya iwe haiwezekani kupokea wokovu. Pia ni lazima tusiwe na imani vuguvugu. Huku akionya kuhusu imani vuguvugu, Bwana anasema nini, "ingekuwa heri kama ungekuwa baridi au moto" badala ya kusema "ingekuwa heri kama ungekuwa moto"? Hiyo ni kwa sababu Bwana ana dukuduku la kutufanya tutambue ni kwa kiasi gani tuna lazima ya kujilinda dhidi ya imani ya vuguvugu.

Natuseme imani yetu imekuwa baridi. Basi, tunaweza kuwa na nafasi ya kutubu na kurudi kwa imani moto kupitia kwa nidhamu. Kwa mfano, tunapofanya dhambi na Mungu ageuze uso wake kuangalia kwingine, tunaweza kuwa wangonjwa au wadhaifu. Tunaweza kupatwa na ajali au hata majanga. Kupitia kwa aina hii ya nidhamu, tunaweza kuwa na nafasi ya kurarua mioyo yetu katika toba na kurejesha upya imani yetu. Lakini, imani yetu inapokuwa vuguvugu, basi si rahisi kupata nafasi kama hiyo.

Lakini haimaanishi kwamba ni lazima tuwe na imani baridi. Hata kwanza, tunapopitia nidhamu huku imani yetu ikiwa baridi, si rahisi kutubu na kugeuka. Ni kwa sababu tunahisi uoga au kuvunjika moyo, badala ya kuhisi upendo wa Mungu. Licha ya hayo, ni upumbavu na uchungu ulioje kutubu na kugeuka baada ya kukutana na jambo la kuhuzunisha au maafa! Hata ingawa tunaweza kusamehewa na Mungu, si rahisi kurejesha uhusiano wetu na Mungu unapokwisha kuvunjika.

Imani ya Vuguvugu ni Hali Nzito ya Kukwama

Ikiangaliwa kutoka kwa mtazamo tofauti, imani ya vuguvugu inaweza kuchukuliwa kuwa kukwama kwa imani kwa kupita kiasi. Inakuwa hivyo hasa kwa wale walio katika kiwango cha tatu cha imani ambao ni lazima waweze kutazama nyuma juu yao wenyewe kwa umakinifu zaidi. Kiwango cha kwanza cha imani ni kiwango kile cha wale waliomkubali Bwana tu na wana imani ya kupokea wokovu. Kiwango cha pili cha imani ni wale wanaosikiliza neno la Mungu na kujaribu kuishi kwa kufuata neno lake. Kiwango cha tatu ni, kwa kiasi fulani, imani iliyokomaa. Katika kiwango cha tatu mtu anaweza kutekeleza neno la Mungu alilolisikia.

Tukiisha kupokea Roho Mtakatifu, na kuendelea kuishi maisha ya jitihada katika imani, ni rahisi sana kufikia lango la kuingilia kiwango cha tatu cha imani. Vyema zaidi, tukienda katika kanisa lenye mikutano na maombi yaliyojaa Roho na neno la kweli, imani yetu inaweza kukua upesi katika muda mfupi.

Hata hivyo, tukishaingia katika kiwango cha tatu cha imani, ni wakati wa kuanza ukuzaji wa moyo wa ndani badala ya matendo ya kuonekana. Kwa hivyo, tunahitaji kutumia jitihada kubwa na mioyo yetu, akili, na nguvu. Tunapohudhuria ibada, ni lazima tuabudu katika roho na katika kweli na moyo wote na akili yote. Na ni lazima tuombe na moto zaidi kutoka vilindi vya mioyo yetu ili uweze kutoa harufu nzuri ya moyo.

Tunapofanya jukumu letu, kiwango cha uaminifu lazima kiwe tofauti kati ya wakati tulipokuwa waamini wapya na baada ya kukua kwa kiasi fulani. Yaani, hata tukifanya jukumu lilelile, jinsi imani yetu inavyokuwa kubwa, tunapaswa kuwa waaminifu kwa jukumu letu zaidi ya yote kwa upendo na wema.

Matarajio ya wazazi kwa watoto wao yako tofauti watoto wanapokuwa wadogo tu na wakati wanapokuwa watu wazima.
Hata aina moja ya manukato yako tofauti katika bei kutegemea uzito. Kiasi kidogo cha kiini halisi cha manukato mazito kiko ghali sana. Lakini kinapofanywa kuwa majimaji, ingawa yanakuwa mengi, bei hupungua.
Vivyo hivyo, kiasi cha matendo tuliyo nayo mbele ya Baba Mungu yanaweza kuonekana kuwa yayo hayo hata imani yetu

inapokua, lakini ubora wake lazima uwe mzuri zaidi ukiwa na upendo mwingi zaidi wa kiroho na wema.

Mifano ya Kukwama katika Imani

Kinadharia tunaweza kuelewa mambo haya vizuri, lakini ni rahisi kuyasahau katika maisha yetu ya kila siku. Kwa kuwa matendo yetu ya nje yanaonekana kuwa yale yale kama hapo awali, tunaweza kushindwa kutambua kwamba ni lazima tumtolee Mungu moyo wetu usioonekana zaidi na zaidi. Kisha, hata ingawa tulikuwa tunaishi maisha ya bidii ya Kikristo katika neema ya Mungu, tunaweza kupoteza ujazo wa Roho Mtakatifu, na tunaweza kuishia kuwa na maisha ya mazoea tu katika imani.

Ibada au mikutano ya maombi tuliyokuwa tukiihudhuria kwa bidii, tunaweza kushindwa kuihudhuria, mara moja au mara mbili. Au hata tukiihudhuria, kuabudu kwetu kunakuwa kwa kawaida. Hatujazwi furaha na msukumo wa Roho Mtakatifu. Ni mwili wetu tu ndio ulio mahal pale.
    Tulikuwa tukitoa sadaka kwa Mungu kwa furaha, lakini sasa tunatoa kwa maana ya jukumu. Wakati mwingine tunahisi kwamba ni vigumu au ni mzigo. Ujazo wa Roho Mtakatifu unapoondoka, mioyo yetu inakuwa tupu na yenye wasiwasi. Mwishowe tunageukia ulimwengu, na tunajaribu kuifariji na kuijaza mioyo yetu na vitu vya ulimwengu. Tukiteleza kidogo, tunaweza kufanya kazi za mwili na tujenge ukuta mkubwa sana wa dhambi mbele za Mungu.
    Tukifikia hapo, si rahisi kurejesha moto wetu hata kama

tutatambua hali yetu sisi wenyewe. Kwa kuwa hakuna neema ya Mungu mioyoni mwetu, hatuwezi hata kutunga wazo la kuenenda na imani moto. Tunataka tu kukaa starehe katika mwili.

Kisha, tunaacha tumaini la kuingia Yerusalemu Mpya. Tunaacha kuingia mahali ambapo wale ambao wameacha uovu mioyoni mwao na wamekuwa waaminifu katika nyumba yote ya Mungu huingia. Badala yake, tunaweza kuwaza, "Mm, angalau ninaweza kuingia Ufalme wa Kwanza wa Mbinguni," au "Kuokolewa tu kunatosha."

Sababu inayofanya imani ya vuguvugu iwe hatari zaidi ni kwamba hatuwezi kuendeleza imani ya vuguvugu, na imani yetu ya vuguvugu hatimaye itakuwa baridi. Tukiacha maji moto, yatakuwa vuguvugu, na punde tu, yatakuwa baridi. Njia nyingine ya kuiangalia ni kama kuendesha dau kwa kupiga makasia kwa nguvu katikati ya mto. Basi hilo dau halitakaa hapo; litafuata mkondo wa maji.

Ndivyo ilivyokuwa na Mfalme Asa, mfalme wa Yuda, ufalme wa Kusini. Kwa miaka thelathini na mitano ya kwanza baada ya kuchukua ufalme, alikuwa mfalme aliyemtegemea Mungu. Mamake alipoabudu sanamu, yeye alioziondoa sanamu. Alipokuwa na wasiwasi kwamba watu wangefuata njia za mamake, alimwondoa katika cheo cha mame malkia.

Lakini katika miaka ya mwisho ya utawala wake, imani yake ilipungua. Awali, haijalishi adui zake walikuwa na nguvu kiasi gani, alimtegemea Mungu peke yake na aliweza kuwashinda. Lakini baadaye, adui aliposhambulia, alianza kuwategemea wanadamu. Alimwomba msaada hata mfalme wa Mataifa. Mfalme Asa alikemewa na Mungu kupitia kwa nabii Hanani, lakini hakuweza kutubu na kugeuka. Badala yake, alimtia gerezani na kumtesa huyo nabii. Kwa sababu ya kisa hiki, Mfalme Asa aliadhibiwa na miguu yake ikashikwa na ugonjwa mbaya.

Kama angekuwa ameendeleza imani yake na kumtegema Mungu kama Mungu wa upendo na rehema, angekuwa ametambua kwamba Mungu alimwadhibu kwa sababu Mungu alimpenda. Angekuwa ametambua kwamba Mungu alitaka kumpa nafasi ya kugeuka. Lakini mfalme hakuweza kushikilia upendo wa Mungu, hata baada ya kuadhibiwa na Mungu. Badala yake alijaribu kujiepusha na uso wa Mungu. Akategemea madaktari wa ulimwenu, na hatimaye akafa. Hiki ni kisa ambacho kinadhihirisha wazi matokeo na majibu ya mwisho ya kuwa na imani vuguvugu.

Hatari ya Kuwa na Imani Vuguvugu

Kuna mithali isemayo, "Ng'ombe mzee hufikiria kwamba hakuwa ndama kamwe." Maanake ni kwamba, mtu anapopitia hali ngumu kwa msaada wa wengine, hakumbuki yakati hizo alipokuwa na mambo hayo magumu maishani mwake. Husahau hata msaada aliopewa. Vivyo hivyo hufanyika katika maisha ya Mkristo. Natuseme mtu alikuwa katika hali ngumu akiwa na matatizo mengi, lakini akamwomba Mungu kwa ari na akapokea neema na baraka za Mungu. Lakini baadaye, badala ya kuishi maisha ya bidii zaidi na ya kuamini, humwacha Mungu akarudi nyuma, na kuushika urafiki ulimwengu tena.

Hiyo ndiyo sababu Mungu anataka kutupatia baraka za ufanisi wa nafsi zetu kwanza, na halafu atupatie baraka za kila kitu kingine kwenda vizuri. Ni kwa sababu kwa wale ambao nafsi zao zimefanikiwa, imani zao hazitapoa wala kubadilika.

Natuseme kuna mtu ambaye nafsi yake bado haijafanikiwa. Akionyesha imani yake awezavyo na kupanda kwa maombi kwa imani kulingana na kiwango chake cha imani, ni sheria ya hukumu ya haki ya Mungu kwamba atavuna matunda ya kweli.

Hakika Mungu atampatia baraka ya nafsi kufanikiwa, na pia Mungu humruhusu avune kile alichopanda kwa imani wakati huo huo. Kama kila mtu angepokea baraka baada tu ya nafsi yake kufanikiwa, basi ni nani awezaye kupokea jibu na baraka?

Lakini jambo la muhimu ni "BAADA" ya kupokea jibu na baraka. Kutegemea na vile wanavyosimamia maisha yao ya imani, jibu lao na baraka vinaweza kuzaa matunda kamilifu, au kwa upande mwingine, baraka zinaweza kupotea kabisa.

Kwa hivyo, jambo la muhimu kweli ni tunaishi maisha ya aina gani baada ya kupokea baraka kutoka kwa Mungu. Baada ya kupokea baraka, tukikaa tu na kutosheka na hali hiyo, imani yetu tuipoze, na kuushika urafiki ulimwengu ili tupate mali zaidi na umaarufu, tutapokea kemeo kutoka kwa Bwana.

Hulka muhimu zaidi na za kimsingi za imani vuguvugu ni kwamba inajaribu kutagaa ukigo kati ya Mungu na ulimwengu. Yaani, huku akijaribu kuweka mguu mmoja ulimwenguni a mwingine kusimama juu ya imani kwa nje, mtu huchagua upande unaomfaidi zaidi kutegemea wakati na hali.

Bwana pia anasema katika Luka 16:13 "Hakuna mtumishi awezaye kutumikia mabwana wawili; kwa maana, ama atamchukia huyu na kumpenda huyu, ama atashikamana na huyu na kumdharau huyu. Hamwezi kumtumikia Mungu na mali."

Hapa, 'mali' katika kifungu hiki hairejelei vitu vya ulimwengu huu peke yake. Inaashiria ulimwengu na vitu vya ulimwengu. Anasema hatuwezi kupenda ulimwengu na vitu vya ulimwengu, na wakati huo huo tumpende Mungu (1 Yohana 2:15).

Watu wengine wanafikiri ni busara "kukaa katikati" huku wakiishi maisha yao ya imani, lakini si busara kamwe; ni upumbavu. Mungu anasema atawatapika watu kama hao kutoka kinywani mwake (Ufunuo 3:16). Kutapika kutoka kinywani mwake maanake ni kwamba hatawatambua kama watoto wa Mungu na kwamba hawataokolewa. Ni onyo kali sana.

Kanisa la Laodikia Lilikuwa Tajiri katika Roho

Katika Heri, ya kwanza inasema, "Heri walio maskini wa roho; maana ufalme wa mbinguni ni wao" (Mathayo 5:3). Wale walio maskini katika roho wana mioyo minyenyekevu. Wana kiu ya kumtafuta Mungu na kumtegemea.

Lakini wale walio matajiri katika roho wamejaa kiburi, majivuno, ubinafsi, na tamaa. Hawamtafuti Mungu lakini badala yake huendelea kujaribu kujaza mioyo yao na vitu vya ulimwengu.

Kuna watu wengine waanzao maisha yao katika Kristo wakiwa maskini katika roho, lakini muda unapoenda, roho zao huwa tajiri. Lakini sifa za kimwili walizokuwa wanajaribu kukandamiza zinapoibuka tena, mioyo yao inasisimuliwa kuendea vitu vya ulimwengu. Isiwe ajabu kwamba wanapoanza kupata mali, umaarufu, na mamlaka, imani yao inaweza kubadilika na ikawa imani ya kimwili.

Wanaonekana kuishi maisha katika imani, lakini hawana hamu au kiu yoyote ya kweli. Pole pole wanapunguza kuomba na hatimaye wanaacha kuomba kabisa. Sasa, hawafanyi chochote na imani, lakini imani yao inaonyeshwa kama kawaida peke yake. Wazipa kipaumbele kazi zao wenyewe na kazi za ulimwengu badala ya Mungu na kazi za Mungu. Husema, "Mimi ni tajiri na sina hata ya kitu."

Umaskini, Upofu na Uchi wa Kiroho

Bwana anasema, "Hujui ya kuwa wewe u mnyonge, na mwenye mashaka, na maskini, na kipofu, na uchi" (kif. 17). Wakitambua na kukiri makosa yao, watapokea nafasi ya kugeuka na kumshika Mungu. Lakini wale wenye imani vuguvugu hujisemea wenyewe kwamba ni matajiri. Kwa hivyo, wanashindwa kutambua makosa yao, hivyo hawawezi kuyakiri.

Roho Mtakatifu anagumia, lakini hawatambui hilo. Kwa hivyo hawajaribu kuwa moto au kujibadilisha. Wanaweza kuwa hawahitaji kitu katika maana ya kimwili, lakini wakiendelea kwenda katika njia waliyolenga, wataishia mbali na wokovu. Hii ndiyo sababu wao ni wanyonge. Pia, mali wanayofurahia hapa duniani ni ya muda tu. Wale wanaweka zawadi katika ufalme wa mbinguni kwa kweli ni watu matajiri.

Wale wenye imani vuguvugu si waaminifu machoni pa Mungu. Hawapandi mbele ya Mungu kwa sababu wana tamaa moto sana ya pesa. Kwa kifupi, hawana kitu walichoweka kule mbinguni. Kwa hivyo, hata wakitubu, itakuwa nadra wao kupokea wokovu, na waende mbinguni, hawana zawadi za kupokea. Hiyo ndiyo sababu watu kama hawa wanaitwa 'maskini.'

Wale wanaoelewa neno kiroho watakuwa na tumaini kamili la uzima wa milele. Kwa hivyo, kwa bidii hujipata wenyewe kupitia kwa hilo neno, na kutoka gizani na kuingia kwenye nuru. Na ili walimbikize zawadi kule mbinguni, watakuwa waaminifu, na watapanda kwa furaha kwa ajili ya ufalme wa Mungu.

Kwa upande mwingine, wale wenye imani vuguvugu hawajui kuhusu ulimwengu wa kiroho. Badala ya tumaini la maisha yajayo, huona tu uhalisi wa ulimwengu ulio karibu nao. Hii ndiyo maana ya kusema wao ni vipofu kiroho.

Wale walio vipofu kiroho hawawezi kuliona hilo giza lililo ndani yao, na watabaki gizani (Mathayo 6:22-23). Kwa hivyo, hawawezi kuvaa vazi la haki litakalowastahili watoto wa Mungu. Hiyo ndiyo sababu pia wanaitwa 'uchi.' Hilo vazi linawakilisha moyo wa mwanadamu. 'Kuvaa vazi la haki' maanake ni 'kutahiri moyo na kukamilisha haki moyoni.'

Hata hivyo, kwa kuwa wale wenye imani vuguvugu hawatahiri mioyo yao wala kuishi kwa kufuata neno, mioyo yao bado imejaa uovu, na wanaishi gizani. Hili ni kufunua aibu ya uchi wao katika maana ya kiroho.

Kuvaa nguo nzuri za kupendeza kwa nje haimaanishi wao ni wazuri kweli. Kama watu hawatahiri mioyo yao, bali huweka uovu mioyoni mwao, hata wavae nguo nzuri namna gani kwa nje, katika mtazamo wa Mungu wanafunua aibu ya uchi wao.

Kule mbinguni ambako hakuna giza kamwe, tutavaa kitani safi nyeupe ambayo ni matendo ya haki ya watakatifu(Ufunuo 19:8). Mbinguni ni kwa wale peke yao wanaoishi kwa kufuata neno la Mungu, wanaovua nguo za kimwili zilizochafuliwa na dhambi, na kuvaa vazi zuri la haki(Mathayo 22:10-14).

Kwa hivyo, ili tuweze kuingia mbinguni kama bibi harusi mzuri atakayemkaribisha Bwana, ni lazima tujipambe kwa bidii kama bibi harusi wake na kuvaa kitani safi. Na ili tufanye hivyo, ni lazima tuishi maisha ya imani yasiyokuwa na uhusiano wowote na imani ya vuguvugu. Lazima tusiwe na uhusiano wowote na maisha ya unyonge, mashaka, umaskini, upofu, na uchi.

Ushauri wa Bwana kwa Kanisa la Laodikia

Nakupa shauri, ununue kwangu dhahabu iliyosafishwa kwa moto, upate kuwa tajiri, na mavazi meupe upate kuvaa, aibu ya uchi wako isionekane, na dawa ya macho ya kujipaka macho yako, upate kuona. Wote niwapendao mimi nawakemea, na kuwarudi; basi uwe na bidii, ukatubu (Ufunuo 3:18-19).

Kanisa la Laodikia halikutambua linahitaji nini. Waliwaza kwamba walikuwa matajiri peke yake. Bwana bado aliwataka watubu na wageuke. Anawaambia kwa utondoti jinsi walivyo maskini, vipofu, na uchi kiroho na ushauri wake.

Bwana Anatutaka Tuwe na Imani ya Dhahabu Safi

Kwanza anasema, "Nakupa shauri, ununue kwangu dhahabu iliyosafishwa kwa moto, upate kuwa tajiri" (kif. 18). Kama vile watu wa ulimwengu wathaminivyo dhahabu zaidi, Bwana anafananisha imani na 'dhahabu iliyosafishwa kwa moto,' kwani imani ndicho kitu cha thamani zaidi katika maisha ya Kikristo.

Kwa hivyo, 'Ununue kwangu dhahabu iliyosafishwa kwa moto, upate kuwa tajiri' maanake ni 'kuwa na imani isiyobadilika kama dhahabu.' Tunaweza kuokolewa na kwenda mbinguni tunapokuwa na imani peke yake. Tunapokuwa na imani peke yake ndipo tunaweza kupokea majibu ya kila swali tunalouliza (Mathayo 9:29).

Hatupaswi kutangaza tu imani yetu na midomo yetu peke yake. Imani yetu inapaswa iandamane na matendo ya kuishi kwa kufuata neno la Mungu. Imani kama hiyo inaitwa imani ya kiroho. Katika Biblia, imani ya kiroho kama hiyo inafananishwa na dhahabu au dhahabu safi.

Kwa hivyo, wale wenye imani ya kiroho wataamini kikamilifu katika neno la Mungu katika hali yoyote na wafuate neno lake. Nabii Eliya katika 1 Wafalme Sura ya 18 ndiye aliyekuwa na imani ya kiroho kama hiyo. Eliya alikuwa nabii aliyefanya kazi wakati wa utawala wa Mfalme Ahabu wa ufalme wa kaskazini wa Israeli.

Siku moja Mungu alimwambia nabii Eliya kwamba angeleta

mvua katika nchi ya Israeli iliyokuwa na ukame kwa miaka mitatu na nusu. Eliya aliamini neno lake. Alikwea juu ya Mlima Karmeli, akalala chini kifudifudi, na akaomba kwa moto mpaka uso wake ukaingia katikati ya magoti yake. Akaomba mara saba na hatimaye akapata jibu ya mvua kubwa sana.

Nambari 'saba' maanake ni 'kuwa kamilifu na timilifu.' Ukweli kwamba alipokea jibu mara ya saba maanake ni kwamba aliamini mpaka mwisho, akaomba, na akapokea jibu. Hata kama kulikuwa hakuna jibu baada ya ombi la saba, Eliya angekuwa ameendelea kuomba mpaka akapokea jibu.

Hiyo ni kwa sababu Eliya aliamini neno ambalo Mungu alikuwa amemwambia kikamilifu. Kumwamini Mungu tuliyeisha kumwamini mpaka mwisho ndiyo imani ya kiroho ambayo ni kama dhahabu safi.

Lakini imani aina hii hatuwezi kupewa kirahisi. Kama tu watu wa ulimwengu wanavyolazimika kusafisha dhahabu na moto mpaka wapate dhahabu safi, ni lazima pia kuwa na utaratibu wa usafishaji ili tuwe na imani iliyo kama dhahabu safi.

Ni lazima tushinde majaribu na mateso mengi, tupigane na dhambi hadi kufikia mahali pa kumwaga damu, na kuvumilia na subira ili tuishi kwa kufuata neno. Kupitia taratibu hizi za usafishaji, tunaweza kuwa na imani kama dhahabu safi.

Macho ya Kiroho na Utakatifu Moyoni

Kanisa la Laodikia lilikuwa tajiri katika moyo na uchi kiroho. Bwana aliwaambia "Nunua mavazi meupe upate kuvaa" (kif. 18). Hapa, mavazi meupe yanawakilisha matendo matakatifu ya watakatifu. Na matendo matakatifu hutoka katika moyo mtakatifu.

Hiyo ni kwa sababu, kama Bwana anavyosema katika Mathayo 12:34, "Kinywa cha mtu huyanena yaujazayo moyo wake," kile kilicho moyoni mwetu kwa kweli hutoka kupitia kwa midomo yetu na matendo yetu. Wale wanafiki ambao hawafanyi mioyo yao ikawa mitakatifu bali hujionyesha au kujifanya watakatifu kwa nje hawawezi kujificha mbele ya Mungu. Mungu huchunguza mioyo yao. Uovu wao mioyoni mwao hatimaye utafunuliwa.

Kwa hivyo, 'kujivika mavazi meupe' maanake ni 'kuondoa giza na mambo yasiyokuwa kweli kutoka moyoni na kukuza moyo uwe moyo mweupe wa kweli.' Ni pale tunapofanya hivyo peke yake, ndipo tutaweza kuvaa mavazi ya haki ili aibu ya uchi isifunuliwe.

Hata hivyo, ni watu wangapi wanafunua aibu ya uchi wao bila kutambua kwamba wako uchi siku hizi? Hata kuna watu ambao hawana aibu wakiwa wanafanya mambo mabaya zaidi kuliko mnyama angeweza kufanya.

Tunaweza kuwa na moyo 'mweusi' uliochafuliwa na dhambi, na huku hatutambui giza lililo ndani yetu. Tunaweza kuwa tumepoteza majukumu ya wanadamu na mfano wa Mungu. Ni lazima tujue kwamba mambo haya kiroho yako uchi na mambo ya aibu.

Wengine wanatangaza imani yao kwa Mungu lakini hata hawatambui kwamba kiroho wako uchi. Watu kama hao ni vipofu kiroho. Bwana anawashauri hawa watu, "wanunue dawa ya macho ya kujipaka macho yako, upate kuona" (kif. 18).

Huku tukiwa tunaishi kwa kufuata neno la Mungu na imani, polepole huanza kusikia sauti ya Roho Mtakatifu. Tunajua kweli ni nini, na dhambi ni nini. Tunapopata maana ya kiroho, ni lazima tufungue macho ya kiroho.

Macho yetu ya kiroho yanapofunguliwa, tunaweza kuelewa neno la Mungu, kuwa na tumaini la kuingia mbinguni, kupata 'utu' wetu kulingana na neno, na kujibadilisha na kuwa kweli.

"Kufungua macho ya kiroho" kunaweza kuwa na maana ya kuweza kuona ulimwengu wa kiroho kupitia kwa macho ya kiroho. Lakini maana muhimu zaidi ni kuelewa mapenzi ya Mungu kwa kusikiliza neno lake, na tujibadilishe na kuwa kweli kupitia kwa ufahamu tunaopokea.

Mtu akifunguliwa macho yake ya kiroho, hujua juu ya Mungu, na kutambua mapenzi yake ni nini, hakika hatashikana urafiki na ulimwengu, lakini jaribu sana kupata giza lake kulingana na neno, na ugeuke uwe kweli.

Mtu kama huyo ndiye anayeishi katika nuru. Atakuwa na ushirika wa ndani na Mungu, na atapendwa na Mungu kwa kiasi hicho.

Upendo wa Mungu katika Adhabu

Kanisa la Laodikia lilipokea maonyo makali na ushauri kutoka kwa Bwana. Kisha Bwana aliwahimiza waache imani isiyokuwa halisi, akisema tena, "Wote niwapendao mimi nawakemea, na kuwarudi; basi uwe na bidii, ukatubu" (kif. 19).

Hii kauli inaonyesha wazi ile sababu na lengo la karipio la Mungu. Anakaripia kwa sababu anapenda, na lengo la karipio ni kuwafanya watubu kupitia kwa karipio hilo na wawe na ari (Waebrania 12:6-8).

Watoto wanaposhika njia mbaya, kama wazazi wanawapenda watoto wao, watajaribu kuwasahihisha, hata kwa fimbo. Kama mtoto hasikizi ushauri wa wazazi wake, wazazi wanaweza hata kumwadhibu ili yule mtoto aweze kukumbuka na asisahau. Kama wazazi wana wasiwasi kuhusu maumivu atakayopitia mtoto wao na wasimwadhibu, hatuwezi kusema kwamba wanampend kweli.

Kulikuwa na mtu kama huyo katika Biblia, pia. Huyu alikuwa Eli aliyekuwa kuhani wakati wa waamuzi kule Israeli. Wanawe wawili walifanya uovu. Walikuwa wanatia unajizi hema takatifu la Mungu. Kama kuhani, Eli aliwaambia tu wasifanye mambo hayo bila kuwapa adhabu yoyote.

Matendo maovu ya watoto wake yaliendelea, na hatimaye, ghadhabu ya Mungu ikaja juu yao. Wanawe wawili walikufa vitani na Eli, kuhani alishtuka sana aliposikia taarifa hiyo hata akaanguka kutoka kitini mwake akavunjika shingo, akafa.

Sababu ya Mungu kuruhusu adhabu kwa watoto wake ni kwa kuwa anawapenda. Kama hakuna karipio au adhabu hata baada ya mtoto kufanya dhambi, mtoto hatatambua makosa yoyote. Mtoto hatimaye ataanguka katika dhambi nzito zaidi, na mwishowe, anakuwa hana budi ila kuingia katika njia ya mauti kulingana na sheria ya ulimwengu wa kiroho inayosema kwamba "Mshahara wa dhambi ni mauti." Ni lazima tuhisi upendo kama huo kutoka kwa Baba Mungu mioyoni mwetu. Tukiwa tunaweza kuhisi upendo huu wa Mungu katika adhabu yake, tutaweza kutubu, kugeuka na kubadilika.

Kwa upande mwingine, kama hatutatambua chochote hata baada ya adhabu kadhaa, hakutakuwa na sababu ya adhabu ya Mungu. Kwa hivyo, hakutakuwa na adhabu zaidi hata tukifanya dhambi baadaye. Mwamini akifanikiwa na hakuna adhabu hata anapokosa kuishi kwa kufuata neno na afanye dhambi, maanake ni kwamba Mungu amegeuza uso wake kutoka kwake. Basi, hakuna hali mbaya zaidi kuliko hii.

Kama yeye ni mtoto wa Mungu anayependa, anapofanya makosa, Mungu hatamwacha aende hivyo kama mwanaharamu, bali atamwadhibu. Hii ni kama baraka kwa huyo mtoto anayeadhibiwa. Adhabu wakati huu inawezakuwa inashtua na kuogofya. Lakini akitafakari mwenyewe, "Bila hii adhabu, ningekuwa nini?" atahisi na kuelewa upendo wa Baba Mungu kupitia kwa adhabu hiyo.

Haimaanishi kwamba ni lazima tupokee adhabu kila wakati tunapofanya makosa. Kabla Mungu kutoa adhabu, hakika yeye hutoa nafasi nyingi. Mungu hutufanya tutambue kupitia kwa neno, anatukanya, au kutukaripia ili tuweze kutubu.

Kama tunaweza kutambua makosa yetu haraka kidogo, itakuwa vizuri. Kama sivyo na tupokee adhabu, bado tunapaswa kutambua kwamba bado ni upendo wa Baba Mungu, tutubu kutoka vilindi vya mioyo yetu, na tugeuke. Basi ni lazima turejeshe uhusiano wa imani iliyopotea na Mungu, na tuanze tena kulimbikiza zawadi zetu mbinguni.

Ahadi ya Bwana kwa Kanisa la Laodikia

Tazama, nasimama mlangoni, nabisha; mtu akiisikia sauti yangu, na kuufungua mlango, nitaingia kwake, nami nitakula pamoja naye, na yeye pamoja nami. Yeye ashindaye, nitampa kuketi pamoja nami katika kiti changu cha enzi, kama mimi nilivyoshinda nikaketi pamoja na Baba yangu katika kiti chake cha enzi. Yeye aliye na sikio, na alisikie neno hili ambalo Roho ayaambia makanisa (Ufunuo 3:20-22).

Kati ya haya makanisa saba Kanisa la Laodikia ndilo kanisa lililopokea karipio peke yake kutoka kwa Bwana, lakini haya yote pia yalikuwa katika upendo wa Mungu. Kwa hivyo, Bwana aliwapa neno la ahadi ili awafanye wawe na tumaini.

Walikuwa katika usingizi wa kiroho na walikuwa na imani vuguvugu. Basi, Bwana akawasihi wakisikia sauti yake waamke. Aliahidi kwamba, yeye ashindaye, angempa kuketi pamoja naye katika kiti chake cha enzi.

Fungua Moyo wako na Uishi kwa Kufuata Kweli

Kuna picha ya rangi iliyochorwa na William Holman Hunt inayomwonyesha Bwana akibisha mlangoni. Katika picha hiyo ya rangi, hakuna komeo au kifungio cha kufungua au kufunga mlango.

Yaani, maanake ni kwamba mlango unaweza kufunguliwa kutoka ndani peke yake, Bwana anapobisha. Ni ishara ya Bwana anayebisha katika milango ya mioyo yetu.

Vivyo hivyo, Bwana aliwaambia washiriki wa Kanisa la Laodikia, "Tazama, nasimama mlangoni, nabisha; mtu akiisikia sauti yangu, na kuufungua mlango, nitaingia kwake, nami nitakula pamoja naye, na yeye pamoja nami" (kif. 20).

Kwanza kabisa, maana ya "Nasimama mlangoni nabisha" ni kwamba Bwana anabisha moyoni mwako na neno la kweli. Tunaposikia neno la Mungu, ni lazima tuliweke mioyoni mwetu. Ili tuweze kufanya hivyo, kwanza, neno la kweli lazima liingie kupitia mlango wa mawazo yetu. Na kisha ni lazima lituingie kupitia mlango wa moyo.

Neno likiisha kutiwa mioyoni mwetu kwa njia hii, polepole tunaweza kuishi kwa kufuata neno. Kisha linaitwa "kula na kunywa na Bwana." Lakini, hata ingawa tulifungua mlango wa mawazo na tukakubali neno, kama mlango wa moyo hautafunguliwa, neno litabaki kama ujuzi tu akilini mwetu.

Hii ndiyo inayoitwa "imani kama ujuzi wa kawaida." Ni imani iliyokufa ambayo haiambatani na matendo. Wale wenye imani hii mwishowe watakuwa na imani vuguvugu. Hata ingawa wameweza kuishi maisha ya imani kwa muda mrefu, na wamesikia neno kwa wingi, kwa kuwa hawajakuza neno katika mioyo yao, hawawezi kuwa na imani ya kiroho, yaani, imani ya kuamini kutoka vilindi vya mioyo yao. Wanakuwa tu wahudhuriaji wa kanisa.

Hata ingawa Bwana ni mwenyezi, halazimishi mtu yeyote kufungua mlango wa moyo. Mungu akimlazimisha mtu afungue mlango wa moyo wake na kumwezesha kuwa na imani ya kiroho, je, kuna mtu yeyote hapa ulimwenguni ambaye hangeweza kupokea wokovu. Ungekuwa si ukuzaji wa wanadamu kupitia hukumu ya haki.

Mungu anampatia kila mmoja hiari. Anataka kupata watoto

wa kweli watakaomwamini Mungu na kumpenda kutoka vilindi vya mioyo yao kutoka kwa hiari yao wenyewe. Kwa hivyo, ni lazima tuelewe kwamba hata ingawa Bwana anabisha juu ya milango ya akili zetu na mioyo yetu, ni sisi ndio tunaofungua milango.

Kama kweli tunampenda Mungu, hakika tutafungua milango ya mioyo yetu, na tule na Bwana, na tuishi kwa kufuata neno la kweli.

Baraka ya Kuketi na Bwana

Tukifungua milango ya mioyo, na kukubali neno la kweli, na kula na kunywa na Bwana kwa kutekeleza neno, tutashinda huu ulimwengu na adui ibilisi.

Kwa watu kama hao, Bwana anasema, "Yeye ashindaye, nitampa kuketi pamoja nami katika kiti changu cha enzi, kama mimi nilivyoshinda nikaketi pamoja na Baba yangu katika kiti chake cha enzi" (kif. 21). Kama vile Bwana aliyeshinda mamlaka ya mauti na akaketi mkono wa kuume wa Mungu, wale watakaoshinda pia wataketi juu ya kiti cha enzi cha wokovu.

Hata ingawa Bwana alisema neno la karipio peke yake kwa Kanisa la Laodikia kwa sababu ya imani yao vuguvugu, Bwana mwishowe alisema kwamba mlango wa wokovu bado ulikuwa wazi kwao, wakitubu na kugeuka. Mpaka mlango wa safina ya wokovu ufungwe kabisa, bado kuna nafasi. Ndiyo sababu Bwana ananena nao namna hii na moyo wake uwakao.

Ni lazima tushinde, na ni lazima tuendelee kushinda mpaka mwisho. Ni lazima tuenenda katika njia nyembamba aliyoenenda Yesu kwa furaha, shukrani, na upendo bila kubadilika mpaka mwisho. Ni wakati huo peke yake ndipo tunaweza kusimama na Bwana na kufurahia utukufu na yeye siku ile ya mwisho.

Lakini kuna watu wengine wanaoonekana kushinda kufikia mahali fulani, lakini huachia katikati hivyo basi hawawezi kushiriki katika baraka na utukufu.

Natuangalie imani zetu na neno ambalo Bwana aliwapa watu wa Kanisa la Laodikia. Kama imekuwa imani vuguvugu, natutubu mara moja, na tugeuke. Natusimame katika safu ya wale watakaokuwa wameshinda mpaka mwisho, au tuiboreshe, tukae karibu na kiti cha enzi cha Bwana kwa kushika mahali bora zaidi katika ufalme wa mbinguni kwa nguvu.

Hitimisho

Upendo wa Mungu Uliomo katika Ujumbe kwa Makanisa Saba

Na tazama naja upesi. Heri yeye ayashikaye maneno ya unabii wa kitabu hiki (Ufunuo 22:7).

Fahamu za wanadamu si kamilifu, na marubani wanaoendesha ndege za kivita wanaweza kupatikana na kile kinachoitwa, 'kukanganywa na anga,' kunakosababisha aina mbalimbali ya ajali.

Rubani anapoendesha ndege juu ya bahari, kama ataibingirisha mara kadhaa, kwa kutazma anaweza kushindwa kuamua bahari ni ipi na anga ni ipi. Au, baada ya kuendesha ndege kwa mwendo wa kasi sana wima na kisha ghafula apunguze mwendo, ndege bado inaenda juu, lakini kwa rubani anahisi kama ambaye anaanguka chini.

Ili asipatwe kukanganywa angani, marubani lazima wategemee vifaa vya kupimia. Ni lazima waamue mwendo na upande kulingana na vifaa vya kupimia, sio kwa hisia zao.

Ndivyo ilivyo na imani yetu. Mawazo ya wanadamu, kama viumbe, na mawazo ya Mungu Muumba yako tofauti sana. Kwa hivyo, tukiishi maisha yetu katika Kristo kama tunavyotaka, tunaweza kukanganywa. Ndivyo ilivyokuwa na mengi kati ya hayo makanisa saba yaliyonakiliwa katika kitabu cha Ufunuo.

Kila kanisa lilikuwa na ari yake na walidhani walikuwa wanafanya kazi ya Mungu. Lakini makanisa mengine yalipokea makaripio na mengine yakapokea ushauri kutoka kwa Bwana.

Leo pia, makanisa mengi husema wanamwabudu Bwana, wanamwomba Mungu, na wanampenda, lakini ni makanisa mangapi yanapendeza machoni pa Mungu? Jumbe zilizopewa hayo makanisa saba ni kigezo kizuri cha kuangalia imani zetu.

Zinatwambia wazi ni kanisa lipi lililosifiwa na kupongezwa, na ni makanisa yapi yaliyokemewa na Bwana. Kwa hivyo, ni lazima tutambue tunaenda kanisa la aina gani sasa hivi.

Zaidi ya hayo, ni lazima tuangalie kama tunapaswa kupokea aina ileile ya kemeo ambalo Bwana aliyapa baadhi ya makanisa. Tukipata chochote, hatupaswi kusitasita kutubu na kugeuka ili tuishi kwa kufuata neno.

Juu ya yote, ni lazima tutambue ukweli kwamba jumbe kwa makanisa saba ziliandikwa katika kitabu cha Ufunuo. Hili ni la kuamsha makanisa yaliyo katika usingizi wa kiroho mwisho wa wakati. Ni upendo wa Mungu kuwaacha wajitayarishe kwa Kuja kwa Mara ya Pili kwa Bwana.

Lakini hata ingawa Bwana ametuonyesha waziwazi jinsi ya kupata sifa kutoka kwake kupitia kwa jumbe alizoyapa makanisa saba. Kama hatutatii, ni wazi kwamba inatakuwa haina maana.

Wakati wa kurudi Bwana aliyefufuka na kupaa mbinguni, hauko mbali. Mwisho, hakika kutakuwa na hukumu ya wazi juu ya makanisa na wachungaji wanaowakilisha makanisa. Ninaomba katika jina la Bwana kwamba wasomi wote wataelewa ukweli huu na wabadilike wawe makanisa na wachungaji ambao Bwana anaweza kuwasifu.

Mwandishi :
Dr. Jaerock Lee

Dr. Jaerock Lee alizaliwa Muan, Jimbo la Jeonnam, katika Jamhuri ya Korea, mwaka 1943. Akiwa na miaka kati ya ishirini na thelathini, Dr. Lee aliugua magonjwa mengi yasiyokuwa na tiba kwa muda wa miaka saba na alikata tamaa ya kupona na akawa anasubiri kifo. Siku moja majira ya kuchipua mwaka 1974, alipelekwa kanisani na dada yake na alipopiga magoti kuomba, Mungu aliye hai alimponya magonjwa yote mara moja.

Tangu wakati Dr. Lee alipokutana na Mungu aishiye kupitia uponyaji huo wa ajabu, amempenda Mungu kwa moyo wake wote na kwa uaminifu, na mnamo mwaka 1978 aliitwa ili awe mtumishi wa Mungu. Aliomba kwa dhati na kufunga mara nyingi sana ili aweze kujua kwa hakika mapenzi ya Mungu, ayatimize yote na kulitii Neno la Mungu. Mwaka 1982, alianzisha Kanisa Kuu la Manmin katika jiji la Seoul, Korea, na kazi nyingi za Mungu, ikiwa ni pamoja na miujiza ya uponyaji na maajabu, yamekuwa yakitendeka katika kanisa hili.

Mnamo mwaka 1986, Dr. Lee aliwekwa wakfu na kusimikwa kama mchungaji katika Mkutano wa Mwaka wa Kanisa la Yesu huko Sungkyul, Korea, na miaka minne baadaye, mwaka 1990, mahubiri yake yalianza kurushwa katika nchi za Australia, Urusi, na Ufilipino, na nchi nyingine zaidi kupitia kwa Far East Broadcasting Company, Asia Broadcast Station, na Washington Christian Radio System.

Miaka mitatu baadaye, mwaka 1993, Kanisa kuu la Manmin lilichaguliwa kuwa moja ya "Makanisa 50 Yanayoongoza Duniani" na jarida la Christian World la Marekani na alipata Shahada ya Heshima ya Uzamivu katika Theolojia (Honorary Doctorate of Divinity) kutoka chuo cha Christian Faith, Florida, Marekani, na katika mwaka 1996 alipata Ph. D. katika Huduma kutoka Kingsway Theological Seminary, Iowa, Marekani.

Tangu mwaka 1993, Dr. Lee amefanya utume/umisionari wa ulimwengu kwa kufanya mikutano mingi huko Tanzania, Argentina, L.A., jiji la Baltimore,

Hawaii, na jiji la New York huko Marekani, Uganda, Japani, Pakistani, Kenya, Ufilipino, Hondurasi, India, Urusi, Ujerumani, Peru, Jamhuri ya Kidemokrasia ya watu wa Congo, na Israeli. Mnamo mwaka 2002 alipewa jina la "mchungaji wa ulimwengu wote" na magazeti maarufu ya Kikristo nchini Korea kutokana na kazi yake katika mikutano mbali mbali aliyoifanya nje ya nchi.

Kufikia Septemba mwaka 2010, Manmin Central Church ina washirika zaidi ya 100,000. Kuna makanisa yapatayo 9,000 ulimwengu mzima ambayo ni matawi ya Manmini Central Church yakiwemo makanisa 56 yaliyoko Korea, na wamisionari zaidi ya 132 wametumwa nchi 23, ikiwemo Marekani, Urusi, Ujerumai, Canada, Japan, China, Ufaransa, India, Kenya, na nyingine nyingi kufikia sasa.

Kufikia kuchapishwa kwa kitabu hiki, , Dr. Lee ameandika virabu 60, vikiwemo vile vilivyo maarufu kama Kuonja Uzima Wa Milele Kabila Mauti, Maisha Yangu Imani Yangu I & II, Ujumbe wa Msalaba, Kiasi cha Imani, Mbinguni I & II, Jehanamu, Amka, Isreali!, na Nguvu za Mungu. Vitabu vyake vimetafsiriwa katika zaidi ya lugha 44.

Makala yake ya Kikristo huchapishwa kwenye The Hankook Ilbo, The JoongAng Daily, The Chosun Ilbo, The Dong-A Ilbo, The Munhwa Ilbo, The Seoul Shinmun, The Kyunghyang Shinmun, The Korea Economic Daily, The Korea Herald, The Shisa News, na The Christian Press.

Mwenyekiti wa The United Holiness Church of Jesus Christ; Raisi wa Manmin World Mission; Rais wa Kudumu wa The World Christianity Revival Mission Association; Mwasisi na Mwenyekiti wa Bodi ya Global Christian Network (GCN); Mwasisi na Mwenyekiti wa World Christian Doctors Network (WCDN); na Mwasisi & Mwenyekiti wa Bodi ya, Manmin International Seminary (MIS).

www.ingramcontent.com/pod-product-compliance
Lightning Source LLC
LaVergne TN
LVHW021800060526
838201LV00058B/3174